वैयक्तिक व व्यावसायिक आयुष्यातील यशाचा मार्गदर्शक

# सकारात्मक्तेतून उत्कृष्टतेकडे

जयप्रकाश भालचंद्र झेंडे

डायमंड पब्लिकेशन्स

# सकारात्मक्तेतून उत्कृष्टतेकडे
जयप्रकाश भालचंद्र झेंडे

Sakaratmaktetun Utkrushtatekade
Jayprakash Bhalchandra Zende

प्रथम आवृत्ती : मे २०१६

ISBN : 978-81-8483-677-6

© डायमंड पब्लिकेशन्स

मुखपृष्ठ
शाम भालेकर

अक्षरजुळणी
शब्दमाधुरी (चेतना वडके), मोबाईल : ९८९०९८४९२७

मुद्रक
रेप्रो नॉलेज कास्ट लिमिटेड, मुंबई

प्रकाशक
डायमंड पब्लिकेशन्स
२६४/३ शनिवार पेठ, ३०२ अनुग्रह अपार्टमेंट
ओंकारेश्वर मंदिराजवळ, पुणे-४११ ०३०
☎ ०२०-२४४५२३८७, २४४६६६४२
info@diamondbookspune.com

ऑनलाईन पुस्तक खरेदीसाठी भेट द्या
www.diamondbookspune.com

प्रमुख वितरक
डायमंड बुक डेपो
६६१ नारायण पेठ, अप्पा बळवंत चौक
पुणे-४११ ०३० ☎ ०२०-२४४८०६७७

माझ्या सर्व वाचक मित्रांना, ज्यांच्या कौतुकामुळे आणि प्रेमामुळेच माझ्या कारकिर्दीचा प्रवास इंजिनियर, व्यवस्थापक, सल्लागार, प्रशिक्षक ते लेखक असा होऊ शकला, त्यांना स्नेह आणि आदरपूर्वक

–जयप्रकाश भालचंद्र झेंडे

# मनोगत

माझे हे नवीन पुस्तक आपल्या हातात देताना मला विशेष आनंद होतो आहे. माझ्या कारकिर्दीच्या प्रत्येक टप्प्यावर माझ्या हातून काही ना काही साहित्यसेवा होते आहे, ती देखील, वाङ्मयीन शिक्षण नसताना, हा केवळ योगायोग, ईश्वरी कृपाच आहे असे मी मानतो. इथे नम्रतेने हे नमूद करावेसे वाटते की, मी काही प्रतिभावान लेखक नाही; कारण असे लेखक साहित्य सागरात डुबकी मारून साहित्यरूपी नवनवीन आणि विविध मोती आपल्यापुढे सादर करीत असतात. मी मात्र, परिस्थितीमुळे घडलेला लेखक आहे. मी शालेय शिक्षणासाठी नाशिकला 'पुणे विद्यार्थी गृहा'त असताना वक्तृत्वस्पर्धेत यशस्वी भाग घेत असे परंतु एक वर्षं आमच्या व्यवस्थापकांनी मला वक्तृत्वस्पर्धेऐवजी निबंधस्पर्धेत भाग घ्यायला लावला. जरा नाखुशीनेच मी तयार झालो. परंतु, पूर्ण प्रयत्न करायचे ठरविले. हे माझे पहिले लेखन होते. (अर्थातच, मराठी विषयातील निबंधाखेरीज.) परंतु, योगायोगाने इथेदेखील मला पहिले बक्षीस मिळाले. वसतिगृहात झालेल्या कौतुकामुळे काही दिवस हा उत्साह टिकला परंतु पुढील शिक्षणाच्या रेट्यामुळे तो पार मावळल्यासारखा झाला. धुगधुगी विजल्यासारखी वाटली.

पुढे इंजिनियर होऊन मजल-दरमजल करीत 'टाटा मोटर्स' या कंपनीत दाखल झालो. इन्स्टिट्यूट ऑफ इंजिनियर पुणे शाखेने 'फॉरेन कोलॅबरेशन अॅन्ड ऑटोमोबाईल इंडस्ट्रीज' या विषयावर निबंधस्पर्धा आयोजित केली होती. त्यामुळे दबलेल्या धुगधुगी पुन्हा चेतविण्याची संधी निर्माण झाली. इतिहासाची पुनरावृत्ती होऊन येथेदेखील मला प्रथम पारितोषिक मिळाले. या बक्षीस समारंभाला त्यावेळचे 'महाराष्ट्र हेराल्ड'चे संपादक श्री. वाघ हे उपस्थित होते, त्यांनी आपल्या दैनिकात लिहिण्याचे निमंत्रण दिले आणि माझा लेखनप्रवास सुरू झाला. त्यानंतर भारतात नवीनच आलेली 'क्वालिटी

सर्कल' ही जपानी कार्यपद्धती 'टाटा मोटर्स'मध्येही सुरू झाली आणि तिच्या अंमलबजावणीची जबाबदारी माझ्यावर पडली. त्याचवेळी पुण्यात नुकत्याच सुरू झालेल्या 'क्वालिटी सर्कल फोरम ऑफ इंडिया' या शाखेवर 'टाटा मोटर्स'चा प्रतिनिधी म्हणून माझी नेमणूक झाली. भारतात त्या वेळी या कार्यपद्धतीवर इंग्रजी किंवा मराठीत फारसे साहित्य उपलब्ध नव्हते. ते निर्माण करण्याची जबाबदारी त्यावेळच्या 'क्वालिटी सर्कल फोरम ऑफ इंडिया' पुणे शाखेच्या अध्यक्षा सौ. लीला पूनावाला यांनी माझ्यावर टाकली.

हे माझ्यासाठी एक मोठेच आव्हान होते. 'तीव्र इच्छा असली तर क्षमता निर्माण होतात' यावर माझा विश्वास आहे. या आव्हानातून माझ्याकडून या विषयाची तीन पुस्तके लिहिली गेली त्यातील एक मराठीत होते. त्यानंतर निवृत्तीपर्यंत विश्रांती घेतली गेली.

निवृत्तीनंतर परत योगायोगानेच पुण्यातील सकाळ या लोकप्रिय दैनिकाच्या 'जॉब-झेड' या पुरवणीत नियमित लिखाण करण्याची संधी मिळाली. सुदैवाने हे लिखाण वाचकांच्या पसंतीला उतरले आणि त्याचे पुस्तक काढावे अशी मागणी येऊ लागली, त्यातून 'उत्कृष्टतेकडे' हे माझे पहिले व्यावसायिक पुस्तक प्रसिद्ध झाले. त्यानंतर विविध विषयांवर अनेक पुस्तके प्रसिद्ध झालीत. परंतु, अजूनही वाचकांची 'उत्कृष्टतेकडे' या पुस्तकाची प्रशंसा करणारे फोन येत असतात आणि अशाच अजून एका पुस्तकाची प्रेमळ मागणी केली जात होती. इथेही एक आगळा योगायोग जमून आला. तो म्हणजे 'उत्कृष्टतेकडे' हे पुस्तक डायमंड पब्लिकेशन्सच्या श्री. दत्तात्रेय पाष्टे यांनी प्रकाशित केले होते, तर हे त्याच धर्तीवरील नवीन पुस्तक प्रकाशनाची जबाबदारी त्यांचे चिरंजीव श्री. निलेश पाष्टे यांनी घेतली आहे. त्यांच्या या प्रयत्नांमुळेच या पुस्तकाने हे देखणे रूप घेतले आहे. त्याबद्दल त्यांना आणि त्यांच्या सगळ्या टीमला मी धन्यवाद देतो.

पत्नी सौ. जयश्री, मुले-योगेश, परेश आणि सून सौ. प्रांजली यांचे कौतुक आणि सक्रिय मदत, याशिवाय मला माझा हा छंद जोपासता आला नसता. माझा लाडका नातू आयुष याच्या प्रेमळ सहवासाचा मोह टाळूनच हे काम करावे लागले.

संस्था असो वा व्यक्ती 'सतत सुधारणा' हाच माझ्या लिखाणाचा आणि बोलण्याचा मुख्य विषय आहे. वाचकांचे प्रचंड प्रेम आणि प्रोत्साहनच, माझ्या लेखनाची खरी प्रेरणा आहे. त्यांचा मी शतशः ऋणी आहे. माझे हे पुस्तकदेखील आपल्या पसंतीस उतरेल, अशी आशा करतो.

धन्यवाद!

जयप्रकाश भालचंद्र झेंडे

# प्रास्ताविक : समृद्ध जीवनासाठी 'सकारात्मकता'

जीवन समृद्ध करावयाचे असेल तर, आपला दृष्टिकोन, मनोवृत्ती, प्रवृत्ती सकारात्मक असायला पाहिजे. 'दृष्टिकोन' हा अत्यंत महत्त्वपूर्ण शब्द आहे. जीवनात प्रत्येक क्षेत्रात, मग तो जीवनाचा वैयक्तिक भाग असो की व्यावसायिक, दृष्टिकोनाचे महत्त्व अनन्यसाधारण आहे.

**'दृष्टिकोन' म्हणजे काय?**

आपण सर्वप्रथम 'दृष्टिकोन' म्हणजे कार्य ते समजावून घेऊ.

एक फुगेवाला यात्रेत फुगे विकून उदरनिर्वाह करायचा. त्याच्याकडे लाल, निळे, पिवळे, आणि हिरवे अशा विविध रंगांचे हेलियम गॅसने भरलेले फुगे विक्रीसाठी असायचे. विक्री कमी होऊ लागली की तो काही फुगे हवेत सोडायचा. उंच उंच जाणारे फुगे बघून मुले फुगे घेण्यासाठी गर्दी करीत आणि मग त्याचा धंदा परत जोरात सुरू होई. असे तो दिवसभर करीत राही.

असेच एकदा फुगे विकत असताना फुगेवाल्याच्या लक्षात आले की, आपले जाकीट कुणीतरी ओढतो आहे. त्याने मागे वळून पाहिले तर तिथे एक लहान मुलगा उभा होता. मुलाने त्याला विचारले, ''काका, काळ्या रंगाचा फुगा हवेत सोडला तर तोदेखील असाच उंच जाईल का?'' मुलाच्या जिज्ञासेचे काकांना खूप कौतुक वाटले; कारण तो मुलगा काळा होता. अतिशय प्रेमाने त्यांनी त्या मुलाला उचलून घेतले आणि ते म्हणाले, ''अरे बाळा, हे फुगे त्याच्या रंगामुळे उंच जात नाहीत, तर त्यांच्या आत जे काही आहे त्यामुळे ते उंच जातात.''

मित्रांनो! हीच गोष्ट आपल्या दैनंदिन आयुष्यालादेखील लागू पडते. आपल्या अंतरंगात जे काही आहे त्यामुळेच आपण उंचीवर जातो आणि आपल्या अंतरंगातील

ही गोष्ट म्हणजे आपला 'दृष्टिकोन'. आपला दृष्टिकोन म्हणजे आपली जगाकडे बघायची खिडकी आहे. आपला दृष्टिकोन जसा असेल, तसेच जग आपल्याला दिसते. आपल्या स्वतःच्या या खिडकीतूनच आपल्याला जगाचे दर्शन होत असते. आपला दृष्टिकोन म्हणजे एक मानसिक चाळणी-गाळणी आहे की, जिच्या मदतीने आपण जगाचा अनुभव घेत असतो. दृष्टिकोन म्हणजे काय हे समजावून घेतल्यावर, आता-

## सकारात्मक दृष्टिकोन म्हणजे काय?

तुम्हाला डेव्हिड आणि गोलिआथची कथा माहितीच असेल. तो एक राक्षस होता. एका खेड्यातील गावकऱ्यांना तो फार सतावीत असे. एकदा डेव्हिड नावाचा मेंढपाळ त्या गावातल्या आपल्या नातेवाइकांना भेटायला आला होता. त्याने गावकऱ्यांना विचारले, ''आपण त्या राक्षसाशी लढत का नाही?'' भयग्रस्त झालेल्या ग्रामस्थांनी उत्तर दिले, ''या महाप्रचंड राक्षसाचा वध कसा करणार, तो केवढा बलाढ्य आहे दिसत नाही का तुला?'' त्यावर डेव्हिड म्हणाला, ''या राक्षसाच्या प्रचंड आकारामुळे त्याचा वध करता येणार नाही, असे मानणे बरोबर होणार नाही. खरंतर त्याच्या प्रचंड आकारामुळे तुमचा नेम चुकण्याची अजिबात शक्यता नाही.'' पुढे काय घडले, ते आपण सर्व जाणताच! सर्व गावकऱ्यांनी मिळून, राक्षसाचा पाडाव करून, त्याच्या जाचातून गावाची सुटका केली गेली. राक्षसरूपी संकट म्हणून फक्त त्याच्याकडे पाहण्याचा गावकऱ्यांचा दृष्टिकोन डेव्हिडने बदलला. गावकऱ्यांना डेव्हिडने सकारात्मक बनविले. सकारात्मक दृष्टिकोन असलेला माणूस बंद असलेल्या घड्याळाकडेदेखील, हे दिवसातून दोन वेळा अचूक वेळ दाखविणारे घड्याळ आहे, या दृष्टिकोनातून बघतो. आपल्यापुढे असणाऱ्या अडथळ्यांना आपण कसे सामोरे जातो, हे आपल्या दृष्टिकोनावर अवलंबून असते. सकारात्मक विचार करणाऱ्याला 'अपयश म्हणजे यशाकडे नेणारी पायरी आहे' असे वाटते, तर नकारात्मक विचार करणाऱ्याला तेच अपयश मार्गातील अडथळा, धोंड आहे असे वाटते.

सकारात्मक व्यक्तिमत्त्वे काही ठळक गुणांमुळे उठून दिसतात. त्यांच्यात आस्था, आत्मविश्वास, चिकाटी, नम्रता यांसारखे गुण असतात. या माणसांकडे जबरदस्त 'आशावाद' असतो. निरंतर उत्साह त्यांच्या नसानसांतून ओसंडून वाहत असतो. आपल्या आवतीभोवतीच्या माणसांकडे ते मोठ्या आशावादी नजरेने पाहत असतात. पूर्वी कधीही नव्हती एवढी गरज आजच्या परिस्थितीत सकारात्मक दृष्टिकोनाची आहे. आजूबाजूच्या वातावरणाचा परिणाम माणसाच्या वैयक्तिक दृष्टिकोनावर, मनोवृत्तीवर, विचारसरणीवर, होत असतो. एखादी घटना घडते आणि परिणामी तिच्या आसपासच्या सर्व लोकांचाच दृष्टिकोन बदलतो. जसे की, ११ सप्टेंबर २००१ला

अमेरिकेतील वर्ड ट्रेड सेंटरवर अतिरेक्यांचा हल्ला झाला, ही घटना बघा. तोपर्यंत अमेरिकेला विमानाने जाणारा प्रत्येक प्रवासी एकतर व्यावसायिक किंवा हौशी प्रवासी तरी असायचा. एखादा प्रवासी आपल्या बुटातून काहीतरी स्फोटक घेऊन जातो आणि त्यानंतर अमेरिकेकडे जाणाऱ्या प्रत्येक विमान प्रवाशाच्या बुटांची कसून चाचणी केली जाते आणि प्रवाशांना प्रचंड सुरक्षा चाचण्यांना तोंड द्यावे लागते आहे. अहमदाबाद येथील अक्षरधाममध्ये अतिरेक्यांचा हल्ला होतो आणि अहमदाबादमधील सर्व सुरक्षा व्यवस्थाच बदलते. प्रचंड वेगाने बदलणाऱ्या सामाजिक घटनांचे परिणाम वैयक्तिक मनोवृत्ती घडविण्यावर होतात. हे जरी खरे असले तरी, वैयक्तिक दृष्टिकोनाचा प्रभाव जागतिक मनोवृत्ती घडविण्यावर होत असतो, हेदेखील तितकेच खरे आहे. महात्मा गांधीजींनी स्वातंत्र्याच्या आपल्या दृष्टिकोनाने ब्रिटिश सत्तेचा दृष्टिकोन बदलला. गांधीजींच्या कामाची पद्धत किती आगळीवेगळी आणि प्रभावी होती, याचे एक उदाहरण सांगतो. दक्षिण आफ्रिकेचे पंतप्रधान यंग्स् मठ हे एकदा ब्रिटिश सत्ताधीश विस्टन चर्चिल यांच्याबरोबर स्टॅलिन यांना भेटायला जात होते. गप्पांच्या ओघात मठ यांनी चर्चिल यांना विचारले, ‘‘आपण गांधींना भेटला आहात का?’’ त्यावर चर्चिल म्हणाले, ‘‘नाही! कारण मला अशी भीती वाटते की, त्यांच्या उपस्थितीत ते माझे विचार बदलतील.’’ केवढे हे सामर्थ्य वैयक्तिक सकारात्मक विचारांचे. एका महान जागतिक सत्तेलादेखील हादरा देणारे! हा मुद्दा स्पष्ट करण्यासाठी अजून दोन व्यक्तींचा विचार करू या. अब्राहम लिंकन यांचा एकट्याचा दृष्टिकोन निग्रोंबद्दल, गुलामगिरीबद्दल करुणेचा होता, त्यांनी या बाबतचा संपूर्ण अमेरिकेचा दृष्टिकोन बदलला. सीतेचे पातिव्रत्य आणि पती-भक्ती, फक्त तिच्यापुरतीच मर्यादित राहिली नाही तर, त्यामुळे संपूर्ण भारत वर्षातील स्त्रियांची मानसिकता बदलली गेली.

सकारात्मक दृष्टिकोन किती फरक पाडू शकतो, याचे उत्तम उदाहरण म्हणजे थोर शास्त्रज्ञ थॉमस अल्वा एडिसन. त्यांना वयाच्या अगदी लहानपणी मतिमंद ठरवून शाळेतून काढून टाकले होते. वयाच्या ९/१० व्या वर्षी मित्राने कानावर मारल्याने त्यांचे कान निकामी होऊन ते बहिरे झाले होते. रेल्वे प्लॅटफॉर्मवर फळांचा स्टॉल असताना वयाच्या १४ व्या वर्षी, ते करीत असलेल्या काही प्रयोगाचा परिणाम होऊन एक बॉम्बस्फोट झाल्यामुळे, त्यांची नोकरी गेली. अशा सर्व बाजूंनी ‘नकारघंटा’ वाजत असताना, न डगमगता त्यांनी आपल्या राहत्या घराच्या तळघरात एक प्रयोगशाळा सुरू केली आणि या प्रयोगशाळेतील त्यांच्या कामगिरीमुळे त्यांनी साऱ्या जगाचे लक्ष आपल्याकडे वेधून घेतले. त्यांच्या नावे १०१३ पेटंट आहेत आणि हा जागतिक विक्रम अजूनदेखील कोणी मोडू शकलेला नाही. वयाच्या ६०/६५ व्या वर्षी त्यांच्या कारखान्याला अचानक आग लागली आणि सर्व मालमत्ता जळून खाक झाली.

त्यावर प्रतिक्रिया व्यक्त करताना ते म्हणाले, ''चला आपण आयुष्यातील सर्व चुका जाळून टाकल्या आहेत, आता आपण परत नव्याने कामाला सुरुवात करू शकू.'' या घटनेनंतर तीन आठवड्यातच त्यांनी 'ग्रामोफोनचा' शोध लावला आणि लगेचच त्याच्या उत्पादनालादेखील सुरुवात केली. शुभ्र प्रकाश देणाऱ्या दिव्याचा शोध लावत असताना त्यांना हजारो वेळा अपयश आले परंतु ते तसे कधी मानतच नव्हते; उलट ते म्हणत असत, ''इतक्या मार्गांनी विजेचा दिवा तयार करता येणार नाही, हा शोध मी लावला आहे आणि पुढे प्रयोग करणाऱ्या सर्वांनाच त्याचा चांगला उपयोग होणार आहे'' यशासाठी असा सकारात्मक आणि शुद्ध चिकाटीचा दृष्टिकोन असायला हवा; त्यानेच आयुष्य उन्नत बनते; प्रभावी होते.

सर्वसाधारण माणसांची यावर अशी मते असतात की, यांचे हे सर्व बरोबर आहे परंतु मी काही महात्मा गांधी, अब्राहम लिंकन, सीता किंवा थॉमस एडिसन नाही, मी तर एक साधा माणूस आहे! परंतु, इथे लक्षात घेण्यासारखी महत्त्वाची गोष्ट अशी आहे की, ही सर्व मंडळी काही जन्मतःच मोठी नव्हती तर त्यांनी स्वीकारलेल्या विशिष्ट दृष्टिकोनामुळे ते मोठे झालेले आहेत. सकारात्मक आणि विशिष्ट दृष्टिकोनच आपल्याला मोठे करणार आहे, महत्त्व मिळवून देणार आहे; जर आपण सकारात्मक होऊन आपले स्वतःचे जग बदलायला सुरुवात केलीत तर आपण जगदेखील बदलू शकू. आपण एखाद्याचे जरी जग बदलू शकलो तरी संपूर्ण जग बदलायला वेळ लागणार नाही.

**फरक पाडणे**

एक दिवस सूर्य बराच वरती आला होता. या सकाळच्या वेळी समुद्राच्या लाटा किनारा धुऊन काढीत होत्या. त्याचबरोबर लाखो समुद्र मासेदेखील समुद्राबाहेर पडून पाण्याअभावी तडफडत होते. एक वृद्ध गृहस्थ समुद्रावर फिरायला आले होते. वृद्धाच्या लक्षात आले की, थोड्याच अंतरावर एक शाळकरी मुलगा मोठ्या उत्साहाने आणि लगबगीने समुद्र मासे गोळा करीत होता आणि परत समुद्रात फेकीत होता. आजोबा मुलाजवळ जात म्हणाले, ''बाळ, या व्यर्थ कामात उगाचच तुझी मेहनत का वाया घालवतो आहेस?'' त्यावर तो मुलगा म्हणाला, ''आजोबा, थोड्याच वेळात सूर्य खूप तापू लागणार आहे आणि बिचारे हे मासे त्या चटक्याने मृत्युमुखी पडतील. त्यांना समुद्रात परत पाठवून, वाचविण्याचा प्रयत्न मी करतो आहे.'' आजोबा मुलाच्या अधिक जवळ जात दूरवर नजर टाकीत म्हणाले, ''खरं आहे बाळ! परंतु बाळा, मैलोन् मैल पसरलेला हा समुद्र आणि तडफडणारे हे लाखो मासे, तुझ्या प्रयत्नाने कितीसा फरक पडणार आहे? तू नक्कीच या सर्वांना जीवनदान मिळवून देऊ शकणार

नाहीस. मग यातले अगदी थोडे समुद्रात परत पाठवून तू काय फारसे साध्य करू शकणार आहेस, त्यामुळे काय मोठासा फरक पडणार आहे?'' त्यानंतर एक मासा हातात घेत, तो मासा समुद्रात फेकीत मुलगा आजोबांना म्हणाला, ''आजोबा या माशाच्या आयुष्यात तर मोठाच फरक पडणार आहे त्याचे तर संपूर्ण आयुष्यच बदलणार आहे. मी, मला शक्य आहे तेवढ्या माशांना वाचविण्याचा प्रयत्न करणार आहे.'' आजोबांना मुलाचे हे म्हणणे पटले आणि तेदेखील मुलाला मदत करू लागले. ह्या दोघांचे काम बघून आसपासची माणसेदेखील यांच्या या प्रयत्नात सामील झाली. थोड्याच वेळात समुद्र किनाऱ्यावरील सर्व मासे समुद्रात परतले होते आणि आपण सर्व काहीतरी फरक पाडू शकतो, या भावनेने सर्व जण आनंद साजरा करीत होते.

## सकारात्मक परिणाम कसे मिळवायचे?

### स्वतःकडून 'सकारात्मक' अपेक्षा

आफ्रिकेत राहणाऱ्या एका लहान मुलाची ही गोष्ट आहे. जगातील सर्वांत गरीब घरात त्याचा जन्म झाला. जन्मतःच आकाराने आणि वजनाने तो खूप जास्त होता म्हणून त्याच्या आईने कंटाळून त्याला डेमन्यू नावाच्या नदीत फेकून दिले होते. परंतु, त्यातूनही तो वाचला. त्यामुळे तो 'डेमन्यू' म्हणूनच ओळखला जाऊ लागला. अत्यंत प्रतिकूल परिस्थितीत त्याने शिक्षण घ्यायचे ठरविले. एकदा वाळवंटात भटकत असताना त्याला एक कागद सापडला त्यावर दोन शब्द लिहिलेले होते. 'अब्राहम लिंकन आणि अमेरिका'. तो कागद घेऊन हा मुलगा घरी आला आणि आपल्या आईला म्हणाला, ''आई, मी या मंगळवारी अमेरिकेला पायीच जायला निघतो आहे.'' आईने विचारले, ''किती दिवस लागतील?'' त्याच्या सांगण्याप्रमाणे आईने त्याला दोन-तीन दिवस पुरेल इतका मक्याच्या भाकरींचा डबा करून दिला. मंगळवारी त्याने अमेरिकेच्या दिशेने चालायला सुरुवात केली. युगोस्लाव्हिया, बल्जेरीया आणि रशियात ही बातमी पोहचली. या लहानग्या मुलाचे धैर्य बघून त्यांना खूपच कौतुक वाटले. त्यांनी त्याला आपल्या देशात येऊन शिक्षण घेण्यासाठी निमंत्रण दिले. परंतु, 'डेमन्यू' ने ते नाकारले कारण त्याने तर अमेरिकेत जायचा निश्चय केला होता. रस्त्यात त्याला अनेक माणसांनी मदत केली होती. शेवटी सतत दोन वर्षे पायी प्रवास करीत तो कायरो येथे पोहचला. तेथील ॲमबसीच्या मदतीने ही बातमी अमेरिकेत पोहचली. अमेरिकेतील मुलांनी या काळ्या आफ्रिकन मुलासाठी पैसे गोळा केले आणि पासपोर्ट, व्हिसा सह अमेरिकेत विमानाने नेले. पुढे तो तेथे शिकला, प्रेरणादायी व्याख्याता म्हणून काम करीत पीएच.डी. झाला. त्याने 'आय विल ट्राय' आणि 'लुमिंग सॅडो' ही जगप्रसिद्ध पुस्तके लिहिली आणि जगप्रसिद्ध लेखक म्हणून कीर्ती मिळविली.

येथे स्पष्ट करायचा मुद्दा असा आहे की, प्रथम त्याने अमेरिकेला जाण्यासाठी इतर माणसांकडून मदत मागितली नाही तर स्वतःकडूनच सकारात्मक अपेक्षा ठेवून कामाला सुरुवात केली, पावले टाकायला सुरुवात केली. नंतर मात्र त्याला सर्व जगाने मदत केली आणि त्याच्याकडून जगप्रसिद्ध कामगिरी झाली. 'लेक्सन कायरा' हे त्याचे नाव आणि आफ्रिकेतील न्यासालँड येथून त्याने पायी अमेरिकेकडे प्रस्थान केले होते.

## दुसऱ्यांकडून 'सकारात्मक' अपेक्षा

एका मुलाने आत्महत्या करायचे ठरविले. त्याचे शालेय शिक्षण संपवून तो नुकताच नोकरीला लागला होता. आपल्या इंग्रजी शिकविणाऱ्या शिक्षकांवर त्याचे प्रेम होते. तो त्यांना भेटला आणि 'आपण आता लवकरच या जगाचा निरोप घेणार आहोत' ही बातमी त्याने त्यांना सांगितली. त्यावर ते म्हणाले, ''मी तुला, तुझ्या आत्महत्येच्या विचारांपासून रोखणार नाही. परंतु, मला आठवते आहे की, तुझे इंग्रजी खूप चांगले आहे आणि शाळेत असताना तू निबंधदेखील छान लिहीत होतास. तेव्हा आत्महत्या करण्यापूर्वी तू 'आत्महत्या का करणार आहेस' यावर एक निबंध लिहून मला दे.'' झाले, मुलाची लेखनास सुरुवात झाली आणि त्याने हातात घेतलेली लेखणी कधी थांबलीच नाही. आत्महत्येचे विचार तर पार गळूनच पडले. पुढे हाच मुलगा एक अभिजात लेखक झाला आणि त्याने एकाहून एक सरस अशा ८४ जगप्रसिद्ध ग्रंथांची निर्मिती केली. या लेखकाचे नाव आहे एस.जी.वेल्स. येथे महत्त्वाचा मुद्दा असा आहे की, एक अपरिचित शिक्षक आपल्या विद्यार्थ्याकडून सकारात्मक अपेक्षा करून, त्याचे आयुष्य बदलू शकतो; तर आपल्या मुलावर जीवापाड प्रेम करणारी एखादी माता, एखादा पिता, आपल्या मुलाचे, बहीण आपल्या भावाचे, आपण आपल्या शेजाऱ्यापाजाऱ्यांचे, त्यांच्याकडून सकारात्मक अपेक्षा करून, आयुष्य आपण नक्कीच बदलू शकतो. आपण फक्त इतरांना तशी संधी उपलब्ध करून देण्याची गरज आहे. देणार ना, आपण त्यांना तशी संधी?

(एक लहान मुलगा खूपच व्रात्य होता. अभ्यासाचे नावदेखील घेत नव्हता. टवाळ्या आणि गुंडगिरी यातच त्याचा सगळा वेळ जात होता. त्याची मजल इतरांच्या खिडक्यांच्या काचा फोडण्यापासून तर मित्रांना चाकूने भोसकण्यापर्यंत गेली होती. एक-दोनदा तर त्याला पोलीस चौकीवरदेखील बोलून घेतले होते. त्याच्या या वागण्यामुळे त्याला शाळेतूनदेखील काढून टाकले होते. त्याच्या अशा वागण्यामुळे आईदेखील खूप निराश झाली होती कारण मुलाची १५ वर्षे यात वाया गेली होती. एक दिवस तिने मनाचा निर्धार करून आपल्या मुलाचा हात धरला आणि त्याला बाहेर काढले. मुलगा ओरडून सांगत असतो, ''नाही आई, मी शाळेत अजिबात

जाणार नाही'' त्यावर आई म्हणाली, ''अरे मी कोठे तुला शाळेत जा म्हणून सांगते आहे. मी तुला वाचनालयात घेऊन जाते आहे. दररोज तेथे बसायचे. पुस्तके वाचायची आणि दर आठवड्याला काय वाचले आहे त्याचा लेखी अहवाल मला न चुकता द्यायचा आहेस.'' झाले, मुलाने दररोज वाचनालयात बसायला सुरुवात केली. हळूहळू त्याला वाचनाची इतकी गोडी लागली की, न कळतच तो केव्हा शाळेत जाऊ लागला आणि डॉक्टर (M.B.B.S.) झाला, हे त्याला कळलेच नाही. हा मुलगा म्हणजेच जगप्रसिद्ध ब्रेन सर्जन 'डॉ. बेन कार्लसन'. त्यांनी, सतत तेवीस तास खपून एकच मेंदू असलेल्या जुळ्या मुलांवर यशस्वी शस्त्रक्रिया करून, जागतिक कीर्ती मिळविली. अशी शस्त्रक्रिया करणारे ते जगातले पहिले सर्जन ठरले. आपल्या सत्काराला उत्तर देताना आपल्या बालपणीच्या व्रात्यपणाची त्यांनी जाहीर कबुली दिली आणि त्याचबरोबर आपण डॉक्टर होईपर्यंत आपली आई निरक्षर आहे, हे आपल्याला माहीत नव्हते, हेदेखील सांगितले. या मुलाच्या जीवनात हे प्रचंड स्थित्यंतर त्याच्या अशिक्षित आईने त्याच्याकडून केलेल्या सकारात्मक अपेक्षेमुळेच झाले, हे वेगळे सांगायला नको.

यावरून एक गोष्ट स्पष्ट होते; ती म्हणजे, सकारात्मक अपेक्षा करण्यासाठी आपण स्वतः खूप सुशिक्षित असण्याची गरज नाही. मुलाला डॉक्टर करण्यासाठी आपण स्वतः डॉक्टर असण्याची गरज नाही. आपल्या आजूबाजूच्या माणसांना यशस्वी होण्यास प्रवृत्त करण्यासाठी आपण स्वतः यशस्वी असण्याचीदेखील गरज नाही; तर आपण त्यांच्याकडून केलेल्या सकारात्मक अपेक्षा, त्यांना कार्यप्रवण करतात आणि त्यामुळे परिस्थितीत सकारात्मक बदल घडून येतात. परिस्थिती कितीही बिकट असो, कठीण असो मग सकारात्मक दृष्टिकोनामुळे आपण त्यातून बाहेर पडतो. त्याचबरोबर एक उत्तम अनुभवदेखील आपल्या पदरी पडतो, जमा होतो.

## इतरांवर हृदयापासून प्रेम करा

एका गावात एक माणूस राहत होता. त्याने एक अस्वल पाळले होते. त्याच्यावर त्याचे खूप प्रेम होते; दररोज तो त्याच्याशी खेळत असे. एकदा अचानक त्याची बदली दूरच्या गावाला झाली. त्याला अस्वलाला त्याच्याबरोबर नेणे शक्य नव्हते. त्यानी अस्वलाला एका प्राणिसंग्रहालयात ठेवले. गावाला जाण्यापूर्वी तो शेवटचे, आपल्या लाडक्या अस्वलाबरोबर खेळला आणि जड अंत:करणाने त्याचा निरोप घेतला.

योगायोगाने सहा वर्षांनी त्याची बदली पुन्हा पहिल्या गावी झाली. गावी परतल्यावर त्यानी पहिल्यांदा काय केले असेल? प्राणिसंग्रहालयाला भेट दिली. पाहतात तर आपण अस्वलाला ठेवलेल्या पिंजऱ्याजवळ बरीच गर्दी जमलेली होती.

त्यानी अस्वलाच्या पिंजऱ्याचे दार उघडले आणि आत जाऊन तो आरामात अस्वलाशी खेळू लागला. बाहेर जमलेली गर्दी आश्चर्याने ती मजा अनुभवत होती. १०/१५ मिनिटांनी तो पिंजऱ्याच्या बाहेर आला आणि त्यानी दार बंद केले. त्याबरोबर प्रेक्षकांनी टाळ्यांच्या गडगडाटात त्याचे स्वागत केले आणि 'आपण किती शूर आहात' म्हणून त्याचे कौतुकदेखील केले. त्यावर तो म्हणाला, ''नाही नाही, मी काही शूर वगैरे नाही, ते अस्वल माझे आहे आणि मी त्याच्यावर अतिशय मनापासून प्रेम करतो आणि म्हणून मी त्याच्याशी इतक्या निर्भयपणे खेळू शकलो.''

तेवढ्यात प्राण्यांचा रखवालदार धावतच तिथे आला आणि त्यांना म्हणाला, ''साहेब, हे अस्वल आपले नाही. आपले अस्वल तर दोन वर्षांपूर्वीच मेले. हे नवीन अस्वल आहे.'' त्यावर मात्र त्याला घाम फुटला आणि आपण नशिबाने वाचलो असे वाटले.

इथे मला आपल्याला एक महत्त्वाचे तत्त्व सांगायचे आहे. त्या माणसाला हृदयापासून हे अस्वल आपले आहे असे वाटत होते आणि म्हणूनच अस्वलानेदेखील हा आपला मालक आहे असा 'प्रतिसाद' दिला. याचा अर्थ असा होतो की, आपल्यासमोर कितीही वाईट, पाषाणहृदयी माणूस असला आणि आपण मात्र त्याच्याशी मनापासून, हृदयापासून संवाद साधला तर तोदेखील सकारात्मक प्रतिसाद देईल.

## परस्परांबद्दल 'चांगला दृष्टिकोन' ठेवा

आता एक साधी परंतु अतिशय अर्थपूर्ण आणि संवेदनाक्षम अशी गोष्ट मला आपल्याला सांगायची आहे. एकदा एक बाई रेल्वेतून, खिडकी जवळ बसून, प्रवास करीत होत्या. पुढील स्टेशनवर एक अंध माणूस त्यांच्या समोरच्या जागेवर येऊन बसतो. तो अंध असतो. कधी-कधी रेटीनात दोष असल्यामुळे पाहणाऱ्या माणसाला तो माणूस आंधळा आहे, असे जाणवत नाही. खिडकीतून थंड हवा आत येते. त्यावर हा माणूस 'हवा काय छान पडली आहे' असे समोर बघत म्हणतो. समोर बसलेल्या बाईदेखील त्याला चांगला प्रतिसाद देतात. पुढील प्रवासात दोघांच्या उत्तम गप्पा रंगतात. जेव्हा जेव्हा त्यांना रस्त्यात वाहनांचे, नदीचे मुलांच्या खेळण्याचे आवाज येतात, तेव्हा तेव्हा ते त्या त्या गोष्टी एकमेकांना सांगत असतात. माणसाला वाटते त्या बाईंना दिसते आहे आणि बाईंना वाटते त्या माणसाला दिसते आहे. असा त्यांचा संवाद जवळ जवळ अर्धा पाऊण तास रंगला होता. नंतर स्टेशन आले आणि बाई खाली उतरून गेल्या. त्यांच्या जागी त्याच स्टेशनवर चढलेला दुसरा एक माणूस येऊन बसला. पहिला माणूस आपला समोरच्या बाईंबरोबर झालेला संवाद आठवत होता. परंतु, त्या बाई दिसायला कशा होत्या त्याबद्दलची त्याची उत्सुकता वाढली

होती. न राहवून त्याने आत्ता आपल्या समोर बसलेल्या माणसाला विचारले, ''आत्ता या डब्यातून उतरलेल्या बाईंना आपण पाहिले का? कशा होत्या त्या?'' त्यावर तो म्हणाला, ''हो, दिसायला खूप छान होत्या. खूप व्यवस्थित पोशाख केलेल्या होत्या. त्यांची चालदेखील डौलदार होती. त्या खूप सोज्ज्वळही वाटत होत्या, या माणसाला याची खात्री करून घ्यायची होती कारण त्याला आतून खूप उत्सुकता वाटत होती आपण ज्या बाईंशी इतक्या वेळ खूप छान संवाद साधला, परंतु त्या कशा होत्या ते आपण पाहू शकलो नव्हतो; म्हणून त्याने अधीरपणे त्याला विचारले,'' नक्की याच डब्यातून उतरलेल्या बाईंबद्दल आपण बोलता आहात ना?'' त्यावर त्या माणसाने 'होय' त्याच बाईंबद्दल मी सांगतो आहे अशी खात्री दिली. त्यावर पहिला माणूस म्हणाला, ''पण मला एक शंका येते आहे की त्या बाई अंध असाव्यात.'' हा माणूस जेव्हा बाईंकडे बघून बोलत होता तेव्हा त्यांना ह्या माणसाला दिसते आहे असे वाटत होते आणि त्या प्रतिसाद देत होत्या. त्या बाई जेव्हा बोलत होत्या तेव्हा त्या माणसाला असे वाटत होते की, त्या बाईंना दिसते आहे. दोघेही अंध होते परंतु एकमेकांच्या दृष्टिकोनातून दुसऱ्याला दिसते आहे असे वाटत होते. तेव्हा यातून एक छान तत्त्व बाहेर येते, व्यवहारात आपण दोघेही कितीही अयशस्वी असा; परंतु, आपले दृष्टिकोन जर चांगले असतील तर आपण स्वर्गात वास कराल.

## भारतीय परंपरेतील 'आध्यात्मिक' दृष्टिकोन

भारतातील ऋषी प्रणालीचे थोडे अवलोकन केले तर आपल्या असे लक्षात येईल की, भारताने जगाला एका वेगळ्या दृष्टिकोनाची अद्वितीय देणगी दिलेली आहे. ती म्हणजे, आध्यात्मिक दृष्टिकोनाची. या दृष्टिकोनामुळे तर भारतीयांनी विचार आणि आचारांचे एक वेगळेच शिखर गाठलेले आढळते, जगातील विचारांची एक सर्वोच्च पातळी गाठली आहे. येथील नियम हे व्यवहारातील नियमांपेक्षा वेगळे आहेत. काही प्रसंगांच्या माध्यमातून हा विचार, हे नियम आपण समजावून घेऊ या. येथे लोभाची जागा त्यागाने घेतली जाते. गोष्टी स्वत:साठी मिळविण्यात नाही तर दुसऱ्याला देण्यात आनंद वाटतो. दुसऱ्याच्या यशासाठी स्वतः पत्करलेले अपयशदेखील समाधान देणारे ठरते. त्यामुळे असे अपयशदेखील हसत हसत स्वीकारण्याचे सामर्थ्य आपल्यात येते. या गुणांची मक्तेदारी मात्र जगात फक्त भारतीय संस्कृतीतच आहे. हे रहस्य फक्त भारतीयांनाच गवसलेले आहे. काही उदाहरणांतून आपण हे समजून घेऊ.

रामानुजनांचे शिक्षण पूर्ण झाल्यावर त्यांच्या गुरुजींनी त्यांना एक मंत्र दिला. हा मंत्र जपणारा माणूस स्वर्गप्राप्ती करेल. परंतु, तू जर हा मंत्र दुसऱ्याला दिला तर तू मात्र नरकात जाशील अशी चेतावणीदेखील त्यांनी दिली होती. दुसऱ्या दिवशी सकाळी

गुरुजी उठून बघतात तर काय, रामानुजन मंदिरावरील उंच जागेवर उभे राहून खाली जमविलेल्या हजारो माणसांकडून गुरुजींनी दिलेल्या मंत्राचे पठण ते करवून घेत होते. हे बघून गुरुजींचा संताप अनावर झाला; ते रामानुजांना खाली खेचत म्हणाले, ''अरे मूर्खा! तू हे काय करतो आहेस?'' त्यावर रामानुजन शांतपणे म्हणाले, ''गुरुजी, आपण मला सांगितले होते की, या मंत्राचा जप जे करतील त्यांना स्वर्गप्राप्ती होईल. आता या मंत्र पठणामुळे हे सर्व जण स्वर्गाचे लाभी होतील. त्यावर गुरुजी रागावून म्हणाले, ''होय, ते खरे आहे; पण तू माझी अट मोडली आहे त्यामुळे तू मात्र नरकात जाशील.'' त्यावर हसत रामानुजन म्हणाले, ''गुरुजी, ही हजारो माणसे जर स्वर्गात जाणार असतील तर मी एकटा आनंदाने नरकात जायला तयार आहे, हाच तो भारतीय आध्यत्मिक दृष्टिकोन.''

चैतन्य महाप्रभूंचीदेखील अशीच एक उद्‌बोधक कथा आहे. चैतन्य महाप्रभू एकदा आपल्या मित्राबरोबर बोटीने प्रवास करीत होते, चैतन्य महाप्रभूंनी 'न्याय' या विषयावर एका टीकात्मक ग्रंथाचे लेखन केले होते. त्याबद्दल माहिती त्यांनी मित्राला दिली आणि आपल्या या ग्रंथावर नजर टाकण्याची विनंतीदेखील त्याला केली. थोड्या वेळाने त्यांनी मित्राकडे बघितले तर त्याच्या डोळ्यांतून अश्रू ठिबकत होते. आश्चर्य वाटून चैतन्य महाप्रभूंनी मित्राला विचारले, ''अरे मित्रा! तुझ्या डोळ्यात अश्रू का?'' त्यावर मित्र म्हणाला, ''अरे मीदेखील इतक्यातच गुप्तपणे याच ग्रंथावर टीका लिहिली आहे. परंतु, तुझा हा अप्रतिम ग्रंथ बघितल्यावर माझ्या सर्वसाधारण ग्रंथाला कोण हात लावील?'' हे ऐकल्यावर क्षणाचादेखील विचार न करता, चैतन्य महाप्रभूंनी आपला ग्रंथ हातात घेतला आणि गंगेला अर्पण केला आणि मोठ्या प्रेमाने त्यांनी आपल्या मित्राकडे बघितले. 'न्याय' या विषयावरील एका अप्रतिम ग्रंथाला जग मुकले. परंतु, खऱ्या मैत्रीचे एक चिरंतन तत्त्वज्ञान, अनोखे उदाहरण मात्र चैतन्य महाप्रभूंनी जगाला दाखऊन दिले. दुसऱ्याच्या यशासाठी स्वतः अपयश स्वीकारण्याची प्रचंड ताकद हा दृष्टिकोन आपल्याला सहज मिळवून देतो.

**दृष्टिकोन कसा असावा?**

साहजिकच, दृष्टिकोन कसा असावा, हा प्रश्न आपल्यापुढे पडला असणार; त्याला स्वामी नारायण परंपरेतील स्वामी ब्राह्मबिहारीदास यांनी असे उत्तर दिले आहे, ''आपल्या स्वतःबद्दल आपला दृष्टिकोन आत्मपरीक्षणाचा, मित्रांबद्दल सहभागाचा, इतरांबद्दल प्रेमाचा, भूतकाळाबद्दल क्षमेचा, वर्तमानकाळाबद्दल जगण्याचा आणि भविष्यकाळाबद्दल आशेचा असायला हवा. सकारात्मक आणि आशेचा दृष्टिकोन असल्यास सगळे जग जरी आपल्या विरुद्ध गेले तरी तो आपल्याला जगण्याची

'प्रेरणा' आणि 'सामर्थ्य' बहाल करतो. त्याच्या जोरावर आपण स्वतःला, आपल्या कुटुंबाला, आपल्या व्यवसायाला, आपल्या गावाला, राज्याला, आपल्या देशालाच काय परंतु जगालादेखील बदलून यशस्वी होऊ शकतो.''

## दृष्टिकोन कसा बदलायचा?

या शतकातील सर्वांत मोठा शोध कोणता? या प्रश्नाला सर्वसाधारण उत्तर म्हणजे संगणक, वाफेचे इंजिन, टेलिफोन, विद्युत दिवा, सिलिकॉन चीप अशी अनेक आणि स्वाभाविक उत्तरे मिळतील. परंतु, विल्यम जेम्स् यांनी म्हटल्याप्रमाणे, ''आपल्या मनाचा दृष्टिकोन बदलून माणूस आपले आयुष्य बदलू शकतो'' हाच या शतकातील सर्वांत महत्त्वाचा शोध आहे. सगळे जग जरी आपल्या विरुद्ध गेले आणि आपला दृष्टिकोन सकारात्मक असला तर, यश नक्कीच आपल्या बाजूला येईल.

आता, पुढील प्रश्न असा आहे की, आपला दृष्टिकोन कसा बदलायचा? दृष्टिकोन बदलायचे काही मार्ग उपलब्ध आहेत. ते असे-

- आत्म निरीक्षणातून, आत्मपरीक्षणाचा.
- इतरांना समजावून घेण्याचा.
- ध्यानाचा-गौतम बुद्धांनी ध्यानाचा मार्ग सांगितला आणि तो इतरांपर्यंत पोहोचविण्यासाठी त्यांनी आपले आयुष्य वेचले.
- प्रार्थनेचा-महात्मा गांधीजींनी हा मार्ग निवडला आणि त्याचा पुरस्कारदेखील केला.

सर्वसाधारण विचार करणारा माणूस असा विचार करतो की, हे सर्व जगच वाकडे आहे, भ्रष्टाचारी आहे, स्वार्थी आहे, मग अशा जगात वावरताना मला एकट्यालाच सकारात्मक होऊन कसे चालेल? असा युक्तिवाद करणाऱ्यांना स्वामी बिहारीदासांचा असा सल्ला आहे की, समजा हे सगळे जगच आंधळे आहे, पांगळे आहे, फक्त तुम्हीच डोळस आणि धडधाकट पायांचे आहात; तर मग जगाकडे बघून आपण स्वतःचे डोळे फोडून घेणार आहात का? आपले स्वतःचे पाय छाटून टाकणार आहात का? नाही ना! मग आपणच या असाहाय्य माणसांना मदत, मार्गदर्शन करायला हवे ना? सर्व जग नकारात्मक असेल आणि त्यात एकच माणूस सकारात्मक असेल तरी हे संपूर्ण जग बदलण्याची ताकद त्यात असते, येते. अशी कितीतरी उदाहरणे जगात आहेत. ती आपण अन्यत्र पाहणार आहोत. तेव्हा एक गोष्ट लक्षात ठेवा की, सकारात्मक होणे फक्त आपल्या आणि आपल्याच हातात आहे. आपल्यात जरी सकारात्मक माणूस असला तरी ती खूप खूप मोठी बाब, ठेव आहे.

आता शेवटी, दक्षिण भारतात प्रचलित असलेली एक गोष्ट बघू. दहा मित्र

होते. खूप उत्तम मैत्रीची भावना त्यांच्या मनात होती. ते सर्व जण काही कामाच्या निमित्याने गावाच्या बाहेर पडले होते. ते काम करीत असताना अचानक हवामान बदलले आणि पावसाबरोबर विजांचा कडकडाटदेखील होऊ लागला होता. किंबहुना, विजाच त्यांचा पाठलाग करीत होत्या. ही सर्व मंडळी भक्तीपरायण आणि धर्मभोळी होती. त्यांना मैदानावरच एक झोपडी दिसली त्यांनी तेथे आधार घेतला. परंतु, विजा तेथेदेखील त्यांच्याभोवती घोंगावत होत्या. हा सारा प्रकार बघून त्यांना वाटले आज आपल्यापैकी एकाच्या प्रारब्धात मरण असणार आणि त्यामुळेच या विजा आपल्याभोवती पिंगा घालीत आहेत. तेव्हा एकासाठी बाकी नऊ जणांचे प्राण वाया जाण्यापेक्षा तो एक कोण आहे, याचा आपण शोध घेऊ या. म्हणजे उरलेल्या नऊ जणांची मुक्तता आपल्याला करता येईल. समोरच एक मोठे झाड त्यांना दिसले. तेव्हा त्यांनी असे ठरविले की, त्या दहा जणातील एक एक माणसाने त्या झाडापर्यंत जाऊन परत यायचे. विजेला (दैवाला) ज्याचा बळी घ्यायचा असेल त्याचा बळी घेतला जाईल. त्यामुळे बाकी नऊ जणांचे प्राण आपण वाचवू शकू. पहिला माणूस धडधडत्या अंतःकरणाने बाहेर पडला. झाडापर्यंत गेला आणि आनंदाने परतला. त्यानंतर दुसरा, तिसरा, चौथा, पाचवा असे करीत सात मित्रांनी हे दिव्य पार पाडले. उरलेल्या तीन मित्रांच्या हृदयात आता मात्र जास्तच धडधड होत होती. रक्तात ॲड्रीनीलचे प्रमाण खूपच वाढले होते. बाहेर पाऊस पडत असूनही, अंगातून घामाच्या धारा निघत होत्या. डोकी सुन्न झली होती. कोणीही बाहेर पडायला तयार नव्हता. मनाचा मोठा हिय्या करून पुढील दोघांनी आपली ठरलेली फेरी पार पाडली. आता पाळी होती शेवटच्या आणि दहाव्या मित्राची. त्याचे शरीर घामाने डबडबले होते. घसा कोरडा पडला होता. संपूर्ण अंग थरथरत होते. कोणालाच काय करावे, हे सूचत नव्हते. विजेचा झगमगाटदेखील अधिक वाढला होता. त्याचे बाहेर पडणे इतरांच्या सुरक्षेसाठी अत्यावश्यकच होते. त्यामुळे सर्वांनी मिळून त्या मित्राला जवळ जवळ बाहेर ढकललेच. मनाचा कठोर निग्रह करून तो बाहेर पडला भीत भीतच झाडापर्यंत पोहचला. तिथून मागे वळून झोपडीकडे वळून बघतो तो काय? विजेचा मोठा लोळ त्या झोपडीवर पडून उरलेल्या नऊ मित्रांसकट ती झोपडी संपूर्ण जळून गेली होती.

खरंतर या दहाव्या मित्रामुळेच इतर सर्व मित्र विजेच्या तडाख्यापासून बचावले होते. त्याचे संरक्षण गेल्यावर त्यांचा विनाश ओढवला होता.

तर मग वेळ न दवडता सुरुवात करा स्वतःपासून, आपले कुटुंब, आपली मित्रमंडळी, आपल्या आवतीभोवतीचा समाज यांना सकारात्मक बनवून जास्त उत्पादक, सुसंवादी आणि समाधानी करण्याच्या आपल्या प्रयत्नांना.

# अनुक्रम

# १

# यांनी दृष्टिकोन बदलून आपले आयुष्य बदलले

अपयशाने खचून न जाता प्रयत्न सतत सुरू ठेवण्याची शिकवण आपल्याला अनेक यशस्वी माणसांनी दिली आहे. अमिताभ बच्चन, डॉ अब्दुल कलाम, धीरूभाई अंबानी हे त्यांपैकी काही. सातत्य आणि सोशिकता या गुणांद्वारे यशाचा मार्ग सुकर होतो याचे अतिशय जिवंत उदाहरण म्हणजे थॉमस अल्वा एडिसन.

यशस्वी होणे म्हणजे कधीच अपयश न येणं असे नसून, अंतिम ध्येय गाठणं असे आहे. याचा अर्थ 'प्रत्येक लढाई जिंकणं असा नसून, अंतिम युद्ध जिंकणं' असा आहे. हे एडविन ब्लिस याचं हे वाक्य आपल्याला आयुष्यात निराश न होता अंतिम ध्येय/ यश गाठेपर्यंत त्याच उत्साहाने सतत कार्यरत राहण्याचा सल्ला देते. आयुष्यात अशी अनेक माणसं आपण पाहतो, की ती छोट्या छोट्या अपयशाने अगदी निराश होऊन विशिष्ट गोष्ट मिळविण्याचे आपले प्रयत्नच सोडून देतात, थांबवितात. माझं नशीब हे असचं आहे, असं मानून स्वतःला दोष देत बसतात. याचा परिणाम निष्क्रियतेत होतो आणि अनेक संधींना ते मुकतात. यश मिळविण्यासाठी एक गोष्ट मनात बिंबवायला हवी की, माझा जन्मच मुळी यश मिळविण्यासाठी झाला आहे, यश मिळविणे हा तर माझा जन्मसिद्ध अधिकार, हक्क आहे आणि तो मी मिळविणारच. आपली स्वप्ने प्रत्यक्षात उतरविण्यासाठी आपल्याकडे खालील गोष्टी असणे आवश्यक आहेत.

१) ज्वलंत इच्छा
२) यशासाठी झपाटून टाकणारी जिद्द
३) आपल्याला काय करावयाचे आहे, त्याबद्दल सुस्पष्ट योजना आणि
४) सातत्य

## यश आणि अपयश

काम सुरू करण्याआधी अपयशाची भीती पूर्णपणे काढून टाकायला हवी. जेव्हा आपण अपयशाचा विचार करतो तेव्हा आपल्या असे लक्षात येते की, अपयशामुळेच आपल्याला खऱ्या यशाची किंमत कळते. अपयशामुळेच व्यक्तीतील सर्वोत्तम सुप्त शक्ती बाहेर पडतात. त्यांचा योग्य विकास होतो. यश आणि अपयश वेगळे नसून, खरंतर एकाच नाण्याच्या त्या दोन बाजू आहेत. अपयश जितके तत्कालीन आहे तितकेच यशदेखील. यशासारखेच अपयशदेखील कायम राहत नाही. आपण जेव्हा अपयशाचा स्वीकार करून थांबतो तेव्हाच आपला खरा पराभव होतो. अपयश आपल्याला थांबविणारा दगड नाही, तर यशाकडे घेऊन जाणारी पायरी आहे, असे मानायला हवे.

यश आणि अपयश या विषयावर आजपर्यंत बरेच विचारमंथन झालेले आहे. पूर्वी काय घडलंय, याचा अभ्यास करून त्यावरून आपण बोध घेतला पाहिजे. आता आपण काय करायचे हे ठरविले पाहिजे. यशस्वी झालेल्या माणसांची चरित्रे, कथा आपण वाचतो, ऐकतो. त्यावरून असं लक्षात येते की, ही माणसं कोणत्याही काळात होऊन गेली असली तरी त्यांच्या यशामागे काही विशिष्ट आणि समान गुण आहेत. हे गुण शोधून आत्मसात केले, तर आपणही यशस्वी होऊ. त्याचप्रमाणे अपयशालादेखील काही विशिष्ट गुण, कारणं जबाबदार असतात. अपयश देणारे हे गुण, ही कारणे आपण टाळली, तर आपल्याला अपयश येणार नाही. यश मिळविणे ही काही रहस्यमय गोष्ट नाही. काही मूलभूत तत्त्वांचं सातत्याने आचरण केले, तर यशाचं फळ त्याला लागतच. त्याचप्रमाणे अपयशदेखील टाळता येते. हे ऐकायला अगदी साधं, सोपं वाटेल. खरं म्हणजे सर्वच सत्यं ही साधीच असतात; परंतु ती सोपी असतात असं मात्र मला म्हणायचं नाही, तर ती प्रयत्नसाध्य असतात.

यशस्वी होणे हे सर्वस्वी आपल्या प्रयत्नांवर अवलंबून असते. डॉक्टर जसे रोगाची लक्षणे शोधून काढतात आणि त्यावर उपाय करून रोग बरा करतात, त्याचप्रमाणे आपल्या अपयशाची करणे शोधून त्यावर मात करणे, तसेच यशाचे परीक्षण करून त्यासाठी लागलेल्या गुणांचे आजीवन आचरण करणे यशासाठी महत्त्वाचे ठरते. त्यामुळे यशातील सातत्य आपण टिकवू शकू. त्याचप्रमाणे जीवनात खरे यश मिळविणाऱ्या उत्तुंग व्यक्तिमत्त्वांचा आदर्शदेखील डोळ्यासमोर ठेवणे गरजेचे आणि उपयुक्त ठरेल.

आपण आता अशी काही उदाहरणे बघणार आहोत की, ज्यांनी आपल्याला आलेले अपयश पचवून आपल्या ध्येयाचा पाठपुरावा केला नसता, तर हे जग या उत्तुंग व्यक्तिमत्त्वांना पारखेच झाले असते.

## महात्मा गांधी

हातात काठी व अंगावर खादीचा पांढरा पंचा असणाऱ्या या महात्म्याने जगाला शांतीचा आणि अहिंसेचा महान संदेश दिला. तसेच याच शक्तीच्या जोरावर त्यांनी स्वतंत्र भारताचे स्वप्न सत्यात उतरविले. मनाच्या कणखरतेने त्यांनी सामर्थ्यशाली ब्रिटीश सरकारला नमविले.

गांधीजीच्या जवळ रेल्वेच्या पहिल्या वर्गाचे रीतसर तिकीट असूनदेखील त्यांना रेल्वेच्या डब्यातून बाहेर काढण्यात आले. कारण ते भारतीय म्हणजे कृष्णवर्णीय होते. अमानवीय असमानतेने त्यांचा अभिमान कमालीचा दुखावला गेला. ही घटनाच गांधीजींच्या जीवनाला कलाटणी देणारी ठरली.

अशा कटू अनुभवातूनदेखील माणूस खूप काही शिकू शकतो. फक्त अशा बाबींचा विचार योग्य दृष्टिकोनातून व्हायला हवा, तसेच आपण अशा प्रसंगांवर प्रतिक्रिया कशी देतो, त्यातून कोणता धडा घेतो हे महत्त्वाचे ठरते.

### त्यांनी दिलेला संदेश

१) माणुसकीवरील श्रद्धा ढळू देऊ नका. माणुसकी ही समुद्रासारखी आहे. समुद्रातील काही थेंब घाण असले तरी समुद्र काही घाण ठरत नाही.

२) आपल्या आयुष्यालाच आपला संदेश बनवा.

३) संपत्ती आणि संसार सोडायची गरज नाही. फक्त त्यातील आसक्ती सोडा.

४) स्वतःला बदला.

५) क्षमा करा परंतु लक्षात ठेवा की, क्षमा ही वीरालाच शोभून दिसते.

६) आपल्या परवानगीखेरीज कोणीही आपला अपमान करू शकत नाही.

७) तणावमुक्त आणि साधे आयुष्य जगा.

## डॉ. अब्दुल कलाम

गरीब कुटुंबात सात भावंडांमध्ये पाचवा मुलगा. उदरनिर्वाह चालविण्यासाठी वर्तमानपत्रे विकत होता. शालेय शिक्षणात तो अतिशय सामान्य बुद्धीचा समजला जात होता; परंतु धर्म आणि अग्निबाणाने त्याला वेडे केले होते. त्यांनी तयार केलेला पहिला अग्निबाण जमिनीवरच खाली कोसळला होता. त्यांनी तयार केलेली क्षेपणास्त्रे अनेकदा कुचकामी ठरली होती. अशावेळी सर्वसामान्य माणसाने हताश होऊन काहीतरी दुसरा मार्ग पत्करला असता. मात्र तसे झाले नाही. जिद्दीने पुढे पुढे जात ते भारतीय अवकाश युगाचे अद्वितीय सम्राट ठरले. भारतीय क्षेपणास्त्रे क्षेत्रात तर त्यांनी न भूतो न भविष्यती अशी ऐतिहासिक कामगिरी करून दाखविली.

हेच ते महान डॉ. अब्दुल कलाम. पुढे आपल्या राष्ट्रपतिपदाच्या कारकीर्दीत तर ते राष्ट्रपतिपदाला आणि भारतालादेखील वेगळ्याच उंचीवर घेऊन गेले. भारतीय तरुणांना त्यांनी २०२० सालापर्यंत जागतिक महासत्ता बनविण्याचे स्वप्न देऊन सर्व तरुणाईत दुर्दम्य उत्साह भरला.

### त्यांनी दिलेला संदेश

१) आपणच आपल्या भारताचे रक्षण करायला हवे.

२) आपण प्रगत देशांच्या यादीत आपले नाव घालायला हवे.

३) आपण ताकदवान बनायला हवे, कारण ताकदीचा आदर ताकदच करते, आपण फक्त सैन्याचीच नाही, तर आपली आर्थिक ताकददेखील वाढवायला हवी.

## धीरूभाई अंबानी

बहुतेक माणसे परिस्थितीला शरण जातात. त्यामुळे त्यांच्या क्षमता संकुचित होतात आणि ते अपेक्षित कामगिरी करू शकत नाहीत. धीरूभाईंचे तसे झाले नाही, तर त्यांनी परिस्थितीलाच शरण यायला लावले. त्यामुळे ते भवितव्याला वेगळा आकार देऊ शकले आणि आदर्श व्यावसायिक व्यक्तिमत्त्व उभे करू शकले. गुजरातमधील एका खेड्यात त्यांचा जन्म झाला. नशीब काढण्यासाठी ते एडनला गेले. तेथे त्यांनी एका पेट्रोलपंपावर काम सुरू केले. तेथील पेट्रोल रिफायनरीज बघून एकदा ते आपल्या मित्राला म्हणाले होते – मीदेखील अशाच रिफायनरीज तयार करेन आणि ते त्यांनी खरे करून दाखविले. आपल्या शब्दकोशातून अशक्य हा शब्द जणू त्यांनी पुसूनच टाकला होता. जग हे आव्हान देणारे आणि अमर्याद संधी उपलब्ध असणारे आहे, अशी प्रेरणा त्यांनी निर्माण केली. अनेक धोके पत्करून आणि धैर्य दाखवून आपल्याकडे काही नसले तरी आपण बरेच काही घडवून आणू शकतो हे त्यांनी स्वतःच्या उदाहरणाने दाखवून दिले, सिद्ध केले.

### त्यांनी दिलेला संदेश

१) मोठी स्वप्ने बघा. कल्पकता ही काही कोणा एकाची मक्तेदारी नाही. फायदा कमावण्यासाठी आपल्याला कोणाच्याही निमंत्रणाची आवश्यकता नाही.

२) प्रयत्न सोडू नका. धैर्यावर अतूट विश्वास ठेवा.

३) आपण निष्ठेने आणि अचूक काम केले, की यश मिळतेच.

४) अनंत अडचणी आल्या तरी आपल्या उद्दिष्टांचा पाठलाग करा आणि विपत्तींचे रूपांतर संधीत करा.

## नरेंद्र मोदी

नरेंद्र मोदी हे २०१४ सालच्या सार्वत्रिक लोकसभा निवडणुकीत वादातीत प्रभुत्व मिळवून विजयी झाले आणि भारताच्याच नव्हे, तर जगाच्या कौतुकाचा विषय बनले. भारतीय जनता पार्टीला मिळालेले हे अपूर्व आणि ऐतिहासिक यश होते. लहान वयातच नरेंद्रने चहा विकणारा मुलगा म्हणूनच आपल्या व्यावसायिक कारकीर्दीला सुरुवात केली. बराच मोठा आणि खडतर प्रवास करीत जगातील सर्वांत मोठ्या लोकशाही देशाचे ते पंतप्रधान बनले. आत्मविश्वास आणि निष्ठा यांच्या जोरावरच त्यांनी हा पल्ला गाठला आहे.

चहाच्या टपरीवर काम कारणाऱ्या या मुलाने संघात पूर्णवेळ स्वयंसेवक म्हणून प्रवेश केला. त्यांना त्यांच्या वरिष्ठ सहकाऱ्यांकडून जुजबी प्रशिक्षण मिळालेही असणार; परंतु त्यावर समाधान न मानता, काम करता करता त्यांनी राज्यशास्त्रातील उच्च पदवीदेखील संपादन केली. पक्षातील आपल्या कामाची उंची आणि कक्षा ते सतत रुंदावत राहिले. जवळ जवळ तेरा वर्षे गुजरातचे अत्यंत लोकप्रिय आणि परिणामकारक मुख्यमंत्री म्हणून त्यांनी लौकिक संपादन केला.

### त्यांनी दिलेला संदेश

१) निष्ठा, २) प्रचंड आत्मविश्वास, ३) कठोर परिश्रम यांच्या जोरावर माणूस काहीही साध्य करू शकतो, आपले ध्येय गाठू शकतो.

## अब्राहम लिंकन

एकटा माणूस किती अपयश सहन करू शकतो हे जाणून घ्यायचं असेल, तर अमर्याद अपयशांचा जिद्दीने सामना करणाऱ्या या महामानवाकडे बघा, त्याचं चरित्र जाणून घ्या. परिस्थितीशी धीरोदात्तपणे लढत शेवटी ते अमेरिकेच्या अध्यक्षपदावर आरूढ झाले आणि त्या पदालाच त्यांनी वेगळी झळाळी दिली.

त्यांचे जीवन म्हणजे अपयशाच्या पराकाष्टेचा एक मोठा प्रवासच आहे. ते तरुण वयातच व्यवसायात अपयशी झाले. वयाच्या बाविसाव्या वर्षीच विधिमंडळाची निवडणूक हरले. चोविसाव्या वर्षी परत व्यवसायात अपयशी ठरले. सव्विसाव्या वर्षी ऐन तारुण्यात पत्नीच्या मृत्यूचे दु:ख त्यांना पचवावे लागले. सत्ताविसाव्या वर्षी नैराश्याने ते पार खचून गेले. वयाच्या चौतिसाव्या वर्षी ते संसदीय विधिमंडळाची निवडणूक हरले. पंचेचाळीसाव्या वर्षी ते सेनेटच्या निवडणुकीत पराभूत झाले. सत्तेचाळीसाव्या वर्षी उपराष्ट्रपती होण्याच्या प्रयत्नात ते अपयशी ठरले. परत एकदा एकोणपन्नासाव्या वर्षी एका सेनेटच्या निवडणुकीत ते अपयशी झाले. ही अपयशाची

मालिका मात्र अमेरिकेच्या अध्यक्षपदी, बावन्नाव्या वर्षी निवडून येऊन त्यांनी खंडित केली. त्यांना आपण अपयशी व्यक्ती म्हणाल का? आपली धडपड मधेच थांबून ते थांबले असते तर? जग एका उत्तुंग व्यक्तिमत्त्वाच्या कामगिरीला पारखे झाले असते, मुकले असते. लिंकन यांच्या दृष्टीने अपयश ही तात्पुरती माघार होती. तो काही अंतिम टप्पा नव्हता. अमेरिकेतील एक दूरदर्शी आणि महान मानवतावादी राष्ट्राध्यक्ष म्हणून त्यांनी ओळख, मान्यता मिळविली.

**त्यांनी दिलेला संदेश**

१) या राष्ट्रातील स्वातंत्र्याचा नवीन जन्म होईल आणि ते लोकांचे, लाकांनी, लोकांसाठी चालवलेले सरकार ठरेल. हे सरकार पृथ्वीच्या अंतापर्यंत नष्ट होणार नाही.

२) सदैव लक्षात ठेवा की, आपण स्वत: यशासाठी केलेली प्रतिज्ञा, निश्चय इतर कोणत्याही गोष्टींपेक्षा महत्त्वाचा आहे.

३) शेवटी आपण किती वर्षे आयुष्य जगलात हे मोजले जात नाही, तर या वर्षांत आपण काय मिळवले, हे मोजले जाते.

४) चरित्र हे झाडासारखे आहे, तर कीर्ती, नावलौकिक हे सावलीसारखे आहे. सावली हे तर आपले विचार असतात; परंतु झाड हे सत्य आहे.

## विल्मा रुडाल्फ

'असाध्य ते साध्य करता सायास कारण अभ्यास' तुका म्हणे. हे तुकाराम महाराजांचे म्हणणे विल्मा रूडाल्फ यांनी अक्षरश: खरे करून दाखवले आहे. आपल्या बावीस भावंडांतील विसावी मुलगी. वडील रेल्वे फलाटावर हमाल आणि आई मिळेल ते काम करून संसाराला हातभार लावीत असे. चार वर्षाची असतानाच तिला दोनदा न्यूमोनिया आणि तांबडा ज्वर झाला. त्यातच तिला पोलीओनेही ग्रासले. ही मुलगी जमिनीवर पायदेखील ठेवू शकणार नाही, असे भविष्य डॉक्टरांनी तिच्याबद्दल वर्तविले होते. म्हणजे आयुष्यभर या पोरीला आपला लंगडा पाय घेऊनच वावरावे लागणार होते. परंतु अशाही परीस्थितीत तिची आई विल्माला सांगत असे बेटा! आत्तादेखील तू मनात आणलेस, तर तुला हवे ते काहीही तू करू शकशील, याचा परिणाम म्हणून विल्माने जगातील सर्वांत वेगवान धावपटू होण्याचे ठरविले. वयाच्या नवव्या वर्षी तिने पायाच्या लोखंडी पाट्ट्या काढून फेकून दिल्या आणि तेराव्या वर्षी ती धावू लागली. सुरुवातीच्या भाग घेतलेल्या प्रत्येक स्पर्धेत तिला पराभवाचा सामना करावा लागला; परंतु खचून न जाता ती स्पर्धेत भाग घेतच राहिली. त्यामुळे मात्र

पुढील सर्व स्पर्धांत विजयाची माळ तिच्याच गळ्यात पडू लागली. या सर्वांत कळस म्हणजे पोलिओने अपंग झालेली मुलगी ऑलिम्पिक स्पर्धेत जगातील सर्वांत वेगवान धावपटू ठरली होती. इतकेच नाही, तर एकाच वेळी तीन सुवर्ण पदके जिंकणारी अमेरिकेतील ती पहिली महिला धावपटू ठरली होती.

### तिने दिलेला संदेश

निसर्गाने दिलेली क्षमता, चिकाटी आणि आत्मविश्वास यांच्या जोरावर आपण काहीही हस्तगत करू शकतो. मात्र, यासाठी आपल्याला प्रचंड धैर्य आणि ज्वलंत इच्छा निर्माण करायला हवी, मग जगातील कोणतीही गोष्ट, ध्येय आपल्याला अशक्य नाही.

## नेल्सन मंडेला

वंशभेदाच्या तिरस्करणीय पद्धतीला विरोध केल्यामुळे सत्तावीस वर्षे तुरुंगात काढलेल्या नेल्सन मंडेलांची १९९० मध्ये सुटका झाली. त्यांच्या सुटकेमुळे दक्षिण आफ्रिकेतील कृष्णवर्णी लोकांच्या मुक्ततेची वाट मोकळी झाली.

अत्यंत प्रसिद्ध आणि जगातील प्रभावशाली नेत्यांमध्ये त्यांची गणना होते. त्यांचा जन्म एका धनगर कुटुंबात झाला होता. भारभूत शिक्षण पद्धतीशी झगडून ते एक यशस्वी वकील झाले. वर्णभेद ही जगातील जाचक समस्या संपविण्यासाठी त्यांनी प्रयत्नांची पराकाष्ठा केली.

### त्यांनी दिलेला संदेश

आपण अशा समाजाची निर्मिती करायला हवी की, जेथे त्यातील कोणीही माणूस दुसऱ्या माणसाचे शोषण करणार नाही, त्यावर आक्रमण करणार नाही आणि त्याला नागविणारदेखील नाही.

## डॉ. व्हिक्टर फ्रँकल

हिटलर या कर्दनकाळाची दाट छाया पडलेला तो काळ. एका मानसरोग तज्ज्ञाला ज्यू असल्यामुळे हिटलरच्या छळ छावणीत टाकले गेले. त्यांच्यासमोर त्यांचे आई-वडील आणि बायको यांचे आयुष्य संपविण्यात आले. आजूबाजूची सर्वच माणसे भयानक निराशेच्या वातावरणात मरणाची वाट पाहत होती. जगण्याची जिद्द डॉक्टर व्हिक्टर फ्रँकल यांनी कुठून आणि कशी पैदा केली. अनेक यातना सोसलेल्या रात्रीतून ते जागे झाले. समोर बघतात, तर अरुण आपल्या सोनेरी रथातून त्यांना दर्शन देत होता. बस् एवढा एकच क्षण साक्षात्कारी ठरला. डॉक्टरांना एक

महान सत्य सांगून गेला. अशाही परिस्थितीत जगण्याची प्रेरणा कशी मिळवायची याचा साक्षात्कार डॉक्टरांना झाला. त्यांच्या मनात आले- सूर्योदयाचा हा आनंद माझ्याकडून कोणीही, या परिस्थितीत हिटलरदेखील हिरावून घेऊ शकत नाही. त्यांनी तर आनंदाने आणि उत्साहाने जगायचं ठरवलच परंतु इतरांनादेखील ही प्रेरणा वाटायची हे व्रत घेतलं आणि ते पीडितांचे उद्धारकर्ते झाले.

**त्यांनी दिलेला संदेश**

एक गोष्ट की जी दुसरा माणूस आपल्यापासून कधीच हिरावून घेऊ शकत नाही, ती म्हणजे आपल्या बाबतीत घडलेल्या गोष्टीचा आपण करावयाचा प्रतिकार. कोणत्याही परिस्थितीत आपण आपला दृष्टिकोन ठरवू शकतो आणि तो अंतिम असतो.

## थॉमस एडिसन

कामात अमाप उत्साह, समर्पण आणि अपयशाची तमा न बाळगता प्रयत्नातील सातत्य यामुळे दैदिप्यमान यश मिळविणारे उदाहरण म्हणजे थॉमस अल्वा एडिसन. एक दिवस बहिरेपणाचा दोष असणारा चार वर्षाचा मुलगा शाळेतून घरी परतला. त्याच्या खिशात शिक्षिकेने दिलेली चिठ्ठी होती. त्यात लिहिले होते- तुमच्या टॉमला शिक्षणात गती नाही, त्याला शाळेत पाठवू नका. टॉमच्या आईने उत्तर दिले. माझा टॉम गतिमंद नाही, त्याला कसे शिकवायचे हे तुम्हाला माहीत नाही, मी त्याला शिकवेन. थॉमस एडिसन यांना फक्त तीन महिने औपचारिक शालेय शिक्षण मिळाले होते. ते कानाने अधू होते. दिव्याचा शोध लावताना त्यांना हजारो वेळा अपयश आले होते; परंतु त्यांनी चिकाटीने शेवटी त्यात यश मिळविले.

वयाच्या ६७व्या वर्षी त्यांच्या कारखान्याला आग लागली. करोडोची मालमत्ता जळून खाक झाली. आपले आयुष्यभराचे श्रम आणि कमाई आगीच्या डोम्बात भस्मसात होत असताना ते म्हणाले- विनाशसुद्धा मोठा मौल्यवान असतो नाही? त्यात आपल्या सर्व चुका जळून जातात. देवाचे आभार मानून आपण आता नव्याने सुरुवात करू शकू. त्यानंतर तीनच आठवड्यांत त्यांनी ग्रामोफोनचा शोध लावला आणि त्याचे उत्पादनादेखील सुरू केले. अशी असते जेत्याची जिद्द.

**त्यांनी दिलेला संदेश**

१) अनेक अपयशांना कारणीभूत बाब म्हणजे माणसांचा स्वभाव. ते जेव्हा प्रयत्न सोडतात तेव्हा आपण यशाच्या किती जवळ आहोत याची त्यांना कल्पना नसते

२) अपूर्व बुद्धी आणि प्रतिभाशाली व्यक्ती म्हणजे ९९ % परिश्रम आणि १ % नशिबाची साथ होय

३) प्रयत्नात हार मानणे ही आयुष्यातली सर्वांत मोठी कमतरता आहे.

४) यशाचा उत्तम मार्ग म्हणजे- अजून एकदा प्रयत्न करणे.

## करोली टेकाचस

करोली टेकाचस हे हंगेरिअन सैन्यात सार्जंट या पदावर काम करीत होते. १९३८ साली ते पिस्तोलातून गोळी मारणारा देशातील सर्वोत्तम खेळाडू (शूटर) म्हणून ओळखले जात होते, प्रसिद्ध होते. १९४० साली टोकिओ येथे होण्याऱ्या ऑलिम्पिक स्पर्धेतील संभाव्य सुवर्णपदक विजेता म्हणून त्यांच्याकडे सारे जग मोठ्याच आशेने बघत होते. मात्र, एक अनपेक्षित आणि दुर्दैवी घटना घडली. सैन्यातील एका प्रशिक्षण सत्रात एका हँडग्रानेटचा स्फोट करोली यांच्या उजव्या हातातच झाला आणि त्यात त्यांचा उजवा हाताच निकामी झाला. या दुर्दैवी अपघाताबरोबरच त्यांचे नुसते ऑलिम्पिक विजयाचे स्वप्नच नव्हे, तर नेमबाजी करण्यात निष्णात असणाऱ्या उजव्या हातालाच त्यांना गमवावं लागलं. परंतु त्यानंतरच्या १९४८ आणि १९५२च्या सालच्या ऑलिम्पिक्मध्ये करोलींनी आपल्या डाव्या हाताने विक्रमी नेमबाजी करीत सुवर्णपदके हस्तगत केली.

### त्यांनी दिलेला संदेश

करोलींनी हेही निर्विवादपणे सिद्ध करून दाखविले आहे, की निष्ठा असेल, तर कौशल्ये निर्माण करता येतात. उजवा नाही तर डावा हात आवश्यक ते काम करू शकतो. विजय हा साधनांवर नाही, तर साधनेवर अवलंबून असतो. अशी असते जेत्याची मानसिकता आणि मनोभूमिका !

## वॉल्ट डिस्ने

व्यंगचित्रकार वॉल्ट डिस्ने यांच्या संघर्षाच्या काळात वृत्तपत्रांच्या संपादकांकडून त्यांची चित्रे साभार परत येत. त्यांच्या मते वॉल्ट डिस्ने यांच्या जवळ प्रतिभा, सर्जनशीलता नाही. एक दिवस चर्चमधील एका धर्मोपदेशकाने काही व्यंगचित्रे काढण्यासाठी त्यांना बोलावले. चर्चच्या सभोवती उंदरांचा सुळसुळाट होता. त्याच खोलीत काम करायची वेळ त्यांच्यावर आली. काम करीत असताना एक छोटा उंदीर पाहून त्यांना उंदरांवर आधारित चित्रमालिका तयार करावयाची प्रेरणा मिळाली. हीच आज जगभरच्या आबालवृद्धांना मोहून टाकणाऱ्या 'मिकी माउस'ची सुरुवात होती.

यशाच्या अगोदर त्यांनी अनेक आव्हाने पचवली आहेत; परंतु त्यांनी माघार घेतली नाही. सातत्य राखले आणि जगाला दाखून दिले, की यशस्वी लोक काही अवाढव्य, अचाट गोष्टी करीत नाहीत, तर ते साध्या साध्या गोष्टी वैशिष्ट्यपूर्ण रीतीने करतात.

**त्यांनी दिलेला संदेश**

१) आपण स्वप्न, रचना आणि कृती यांच्या उपयोगाने जगात सुंदर स्थळे उभारू शकतो, निर्माण करू शकतो; परंतु त्यासाठी स्वप्नांचे प्रत्यक्षात रूपांतर करणारी माणसं लागतात.

२) आपण स्वतःवर जेवढे प्रेम करतो तेवढेच आपण इतरांपासून वेगळे ठरतो आणि त्यातूनच आपल्याला अद्वितीयता लाभते.

३) आपण जर स्वप्न बघितले, तरच ते आपण प्रत्यक्षात उतरवू शकतो. नेहमी लक्षात ठेवा, माझ्या कार्याची सुरुवात स्वप्न आणि उंदीर यांनीच झाली.

## अमिताभ बच्चन

आकाशवाणीवरील निवेदकाच्या जागेसाठी मुलाखतीस आलेल्या एका उमेदवाराला नापास केले गेले. त्याला असेदेखील सांगण्यात आले होते की, तुझे नाव उच्चारण्यासाठी खूपच अवघड आणि लांबलचक आहे. त्यामुळे तू आयुष्यात कधीच यशस्वी होऊ शकणार नाही. कोण होता हा माणूस?

हा माणूस होता अमिताभ बच्चन. आपल्या अभिनयासाठी आणि आवाजाच्या परिणामक फेकीसाठी त्यांनी सर्व जगाची मान्यता मिळविली. चित्रपटसृष्टीचे शहेनशाह ठरले.

## मेरेलिन मन्रो

नार्मन जीन बेकर यांना एका प्रसिद्ध मॉडेलिंग कारणाऱ्या कंपनीने मॉडेलिंगसाठी अयोग्य ठरवून सल्ला दिला होता, की आपण सेक्रेटरीचे काम शिकून एखाद्या कंपनीत काम मिळवा किंवा लग्न करून मोकळ्या व्हा.

हीच मुलगी मेरेलिन मन्रो म्हणून जगप्रसिद्ध झाली.

## सचिन तेंडुलकर

सचिन तेंडुलकर यांनी वयाच्या सोळाव्या वर्षीच आपल्या क्रिकेट कारकीर्दीला सुरुवात केली आणि जगाचे लक्ष वेधून घेतले. अशी दैदिप्यमान सुरुवात करूनही

अनेक तारे निखळून पडले आणि त्यांच्या भवितव्याच चक्काचूर झालेला जगाने पाहिलेला आहे. अगदी अशीच वेळ सचिनवरदेखील आली होती; परंतु एका सामन्यात त्याने स्वीकारलेल्या आव्हानामुळे त्याचे भवितव्यच बदलले.

पाकिस्तान या आपल्या पारंपरिक प्रतिस्पर्ध्याबरोबर आपला सामना सुरू होता. चार बाद अशा बिकट अवस्थेत आपण अडकलो होतो. अशा वेळी सचिन हा कोवळा मुलगा खेळायला आला. काय करणार होता तो? सचिन आणि सिद्धू खेळत होते. आज सचिनच्या कौशल्याचा कस लागणार होता. त्याच्या दुर्दैवाने वकार युनिसच्या एक गलिच्छ चेंडू सचिनच्या नाकावर आदळला. त्यात तो जखमी होऊन त्याच्या नाकाला रक्ताची धार लागली.

डॉक्टरांनी नाकाचे रक्त थांबवले; परंतु त्यांनी आणि सर्व खेळाडूंनी सचिनला निवृत्त होण्याचा सल्ला दिला होता. मात्र, सचिनने तो नाकारला. उलट तो म्हणाला मै खेलुंगा! सर्वांनाच आश्चर्य वाटले. परंतु सचिन खेळला आणि त्याच दिवशी एका अढळ ताऱ्याचा जन्म झाला. सचिनने नाबाद राहून भारताला तो सामना जिंकून दिला. 'मै खेलुंगा' या दोन शब्दांमुळे हुशारी आणि कौशल्याचे रूपांतर एका अद्वितीय भवितव्यात झाले आणि क्रिकेटच्या जगातील बादशहाचा जन्म झाला..

वरील सर्व उदाहरणांवरून आपल्या हे लक्षात आलेच असणार की, जीवन म्हणजे यश-अपयशाची सरमिसळ असते. माणूस सतत यशस्वी किंवा सतत अयशस्वी होत नाही. या दोन्ही ही गोष्टी एकमेकाला पुष्ट करणाऱ्या आहेत. पूरक आहेत. यश किंवा अपयश एकटे कधीच येत नाही. एकामुळे दुसऱ्याला अर्थ येतो, लाभतो. वरील यशस्वी माणसांना कधी परीक्षेत, कधी वैयक्तिक जीवनात, तर कधी व्यवसायात अपयशाचा सामना करावाच लागला. असे असूनही पुढे न डगमगता, निराशेचे ढग, पडलेल्या या सावल्यांना दूर करून त्यांनी आपल्या आयुष्याचा सामना केला. आपला प्रवास पुढे चालू ठेवून आपापल्या क्षेत्रात आपल्या व्यक्तिमत्त्वाचा ठसा उमटविला. समाजाला आनंद दिला. या मोठ्या माणसांच्या गोष्टी तुमच्या मनात रुजून राहतील, तुमच्या मनातील निराशा झटकून तुम्हाला कार्यप्रवण करतील. कोणत्याही क्षेत्रात तुम्हाला अपयश आले तरी उद्याचे भवितव्य घडविण्यासाठी मदत करतील. प्रेरणा देतील. आपण आपल्या अपयशाचे रूपांतर यशात करू शकाल. वाटेत भेटणाऱ्या सावल्यांना कधीही घाबरू नका. 'सावल्यांचा अर्थ नेहमी असा असतो की, जवळपास कोठेतरी तेजस्वी प्रकाश अस्तित्वात आहे. '

२

## मनुष्य स्वभावाचा अनोखा वेध

मेयर ब्रिग्ज टाइप इंडिकेटर (एमबीटीआय) या चाचणीमुळे सी. जी. जुंग यांनी मांडलेले सिद्धान्त सामान्य माणसाच्या आकलनात आले आहेत.

जग हे अनेक अद्वितीय माणसांनी खच्चून भरले आहे; परंतु जेव्हा व्यक्तिमत्त्वाचा प्रश्न येतो तेव्हा फक्त चार वेगवेगळी स्वभाववैशिष्ट्ये आणि सोळा प्रकारची माणसे आढळतात. या स्वभाववैशिष्ट्यांना समजावून घेणे हीच आपल्या आयुष्याची उद्दिष्टे गाठण्यासाठीची गुरुकिल्ली आहे. 'मेयर्स ब्रिग्ज पर्सोनॅलिटी टाइप' ही जगावेगळी आणि अत्यंत प्रभावशाली चाचणी आहे. ही चाचणी ७० वर्षांच्या संशोधनावर आधारित आहे. दोन दशलक्ष माणसे दरवर्षी ही चाचणी करून घेतात. जगातील १९ भाषांमध्ये या चाचणींची भाषांतरे झाली आहेत. इसाबेल ब्रिग्ज मेयर आणि कॅथरिन ब्रिग्ज या मायलेकींनी 'सायकॉलॉजिकल टाइप्स' या कार्ल जुंग यांच्या पुस्तकाने प्रभावित होऊन १९४० साली ही चाचणी विकसित केली आहे. या मायलेकींच्या मते भिन्न भिन्न व्यवसायासाठी भिन्न भिन्न स्वभावाच्या माणसांची आवश्यकता असते आणि जुंग सिद्धान्त मनुष्य स्वभाव आणि कामातील कार्यक्षमता त्यांची योग्य सांगड घालतो. १९७५ पासून ही चाचणी मोठ्या प्रमाणात वापरात येऊ लागली आहे.

## चाचणीमागील सिद्धान्त

यामागील सिद्धान्त असा आहे, की जगातील सर्व माणसांची विभागणी केवळ १६ प्रकारच्या व्यक्तिमत्त्वांत करता येते आणि ही विभागणी व्यक्तिमत्त्वातील चार लक्षणांवर आधारित आहे. प्रत्येक लक्षणात दोन परस्परविरोधी पसंती येते. या

सिद्धान्ताप्रमाणे प्रत्येक माणसात एक सहजप्रेरणा असते, की ज्यामुळे प्रत्येक परिस्थितीत तो कसा वागेल याचा अंदाज घेता येतो, ठरवता येते. ती चार मोजमापे अशी आहेत.

## १) बहिर्मुख विरुद्ध अंतर्मुख (Extraversion vs Introversion - EI)

यावरून व्यक्तीचे परिचयात्मक आकलन कसे आहे, हे समजते. बहिर्मुख व्यक्ती परिस्थितीचा ताबडतोब आणि वस्तुनिष्ठ सामना करतात, तर अंतर्मुख आपल्या समोरच्या परिस्थितीचा सामना आपल्या आत डोकावत आत्मनिष्ठ होऊन करतात.

## २) संवेदनशील विरुद्ध अंतर्ज्ञानी (Serving vs Feeling - SF)

संवेदनशील माणसांचा अग्रक्रम काय असेल, याचा अंदाज यावरून करता येतो आणि तो वास्तवतेच्या बऱ्याच जवळ असतो. जी माणसे पुढाकार घेऊन काम करतात ते बहुधा आपल्या अज्ञात आणि सुप्त शक्तींतून येणाऱ्या प्रेरणांवर विसंबून निर्णय घेतात.

## ३) विचारी विरुद्ध भावनात्मक (Thinking vs Feeling - TF)

कोणतेही काम करताना त्यांची योग्य दिशा ठरविण्यासाठी हा अग्रक्रम असणारी माणसे तर्कशुद्ध विचार आणि राहणी, समजूतदार प्रक्रियांची निवड करतात. अयोग्य गोष्टी बाजूला सारून योग्य गोष्टींची कास धरतात. भावनात्मक गोष्टींना प्राधान्य देणारी माणसे मात्र आपल्या क्रिया वा प्रतिक्रिया तात्कालिक घटनांवर अवलंबून ठेवतात.

## ४) चिकित्सक विरुद्ध आकलन (Judgment vs Perception - JP)

चिकित्सक आकलन हा अग्रक्रम ब्रिग्ज आणि मेयर्स यांनी शोधून काढला. यामुळे एखाद्या प्रसंगी वागताना माणूस संयुक्तिक किंवा अयोग्य वागतो आहे की नाही, हे स्पष्ट करता येते. चिकित्सक माणूस निर्णय घेताना विचार आणि भावना यांचा मेळ घालतो किंवा आकलनावर जोर असणारा माणूस संवेदना आणि अंतर्ज्ञान यांचा वापर करणारी प्रक्रिया वापरतो. प्रत्येक माणसाला दोन चेहरे असतात. एक बाहेरच्या जगाकडे झुकणारा म्हणजे जगात प्रत्यक्ष घडणाऱ्या घटना, खळबळी, लोक आणि इतर गोष्टी, तर दुसरा आतल्या जगाकडे झुकणारा. स्वतःच्या विचारांचे जग, कुतूहल, हितसंबंध, प्रतिभा, कल्पना आणि स्वप्ने. आपल्या स्वभावाच्या या वरवर विरोधी वाटणाऱ्या परंतु एकमेकाला पोषक अशा बाजू आहेत. काही लोक असे असतात, की ते आपल्या बाहेरील शक्तीवर विसंबून असतात, तर काहींचा कल

आपल्या अंतर्गत शक्तीकडे असतो. यातील पहिल्या चेहऱ्याला बहिर्मुख, तर दुसऱ्याला अंतर्मुख म्हणून ओळखले जाते. यापैकी एकाची मोठी छाप आपल्या व्यक्तिमत्त्वावर पडते.

## या व्यक्तिमत्त्वातील तुलना अशी करता येईल.

आपल्या मेंदूचा संवेदनशील भाग Sensing (s) दृश्य गोष्टी, आवाज, गंध आणि संवेदनशील गोष्टी घडणाऱ्या घटनांतून पटकन पकडतो. त्यांचे पृथक्करण करतो. त्यांचे संघटन, रचना करतो. त्यांची नोंद ठेवतो आणि या प्रत्यक्ष घटना जशा घडतात, तशी त्याची नोंद करून ठेवतो, त्या साठवून ठेवतो, आणि या घटना आवश्यकता भासेल तेव्हा आपल्याला मागील स्मृतीतील घटना स्पष्टपणे आठवण्यास मदतही करतात.

# ३

## विनोद वापरा, व्यक्तिमत्त्व प्रसन्न बनवा

(गरजेपेक्षा अधिक गंभीरता मानसिक शक्तीचा ऱ्हास करून कार्यक्षमता कमी करते. जो माणूस काम करताना गुणगुणत असतो आणि कठीण परिस्थितीतून जात असताना, कठीण प्रसंगांचा सामना करताना विनोदाचा आसरा घेत हसत असतो, असाच माणूस जगात नेहमीच आरोग्यदायी, प्रसन्न राहून यशस्वी होऊ शकतो)

विनोद ही अशी एकमेव सकारात्मक पद्धत आहे, की ज्यामुळे प्रभावी परस्परसंबंध निर्माण होऊ शकतात. विनोदामुळे पहिल्याच भेटीत आपापसातील अंतर कमी होण्यास मदत होते. परस्परसंबंधातील तणाव, संशय दूर होऊन योग्य वातावरणनिर्मिती करता येते. विनोदामुळे प्रसन्न वातावरण तयार होते. विनोदाचा असा वापर कारणाऱ्या व्यक्तीदेखील त्यामुळे लोकप्रिय होतात. मात्र, यामध्ये तारतम्य हवे, बोचरेपणा किंवा खोचकता नसावी. निर्भेळ आनंद आणि ताजेपणा देणाऱ्या विनोदाचा वापर सर्वांना हवाहवासा वाटतो. ओढूनताणून वापरले गेलेले विनोद मात्र खटकतात. त्यात नैसर्गिकता आणि स्वाभाविकता नसते. परिस्थितीजन्य विनोदांमध्ये सहजता, स्वाभाविकता महत्त्वाची आणि परिणामकारक ठरते. आपल्या संभाषणात, वादविवादात किंवा भाषणात समयसूचकतेने आणि उत्स्फूर्तपणे विनोदांची निर्मिती केली, तर हश्या तर पिकतोच; परंतु कधी कधी प्रतिस्पर्ध्यावर बाजूदेखील उलटविता येते.

विनोदी वृत्ती आणि दृष्टी असणे यावर विनोदांची निर्मिती अवलंबून असते. विनोद जीवनात सर्वत्र विखुरलेला आहे. तो कसा शोधायचा, हे मात्र कळले पाहिजे. आचार्य अत्रे यांनी म्हटलं आहे की, कवी हा संवादित्व शोधून काढतो. त्याचे लक्ष सौंदर्यावर असते, या उलट विनोदी लेखन करणारी व्यक्ती विसंवादित्व हुडकून काढीत

असते. त्याचे लक्ष विकृत आणि हास्योत्पादक गोष्टींवर असते. ते असेही म्हणतात की, माझ्यावर ज्या ज्या वेळी माझ्या टीकाकारांनी अवास्तव टीका केली त्या त्या वेळी मी माझ्या विनोदांच्या घणाघाताने त्यांचा खरपूस समाचार घेतला. त्यांच्या टीकेने मी चिडून न जाता चित्त शांत ठेवले म्हणून हे शक्य झाले.

खालील काही प्रसंग विनोद कसा असावा, यासाठी मार्गदर्शक ठरतील.

- एकदा आमचा मित्रांचा गट मंडळींसोबत डोंगरावर फिरायला गेला होता. एक भुरकट पांढरी म्हैस आमच्याकडे पळत येताना दिसली. मी पटकन बोलून गेलो–अरे! कोकणस्थ म्हैस आपल्या रोखाने येते आहे. लवकर पळा. प्रचंड हशा पिकला. आमच्या कोकणस्थ वहिनीदेखील त्यात सामील झाल्या. अशा हलक्या–फुलक्या विनोदांच्या मदतीने आपण स्वतःबरोबरच इतरांनादेखील आनंद देऊ शकतो.
- संसदेचे कामकाज संपवून चर्चिल एकदा जवळच्या हिरवळीवर आरामात कॉफी घेत बसले होते. जवळूनच एक महिला खासदार जात होत्या. संसदेतील राग अजून त्यांच्या मनातून गेलेला दिसत नव्हता. त्या चर्चिल यांच्या जवळ जात म्हणाल्या– चर्चिल, मी जर तुमची बायको असते, तर तुमच्या या कॉफीच्या कपात जहाल विष ओतले असते. त्यावर शांतपणे हसत चर्चिल म्हणाले– मॅडम, तुम्ही माझी बायको असता, तर ती कॉफी मी आनंदाने प्यायलो असतो.
- असाच एक अरुंद रस्ता होता. त्यावरून एक माणूस जेमतेम जाऊ शकत होता. एकदा दोन माणसं समोरासमोर आली त्यातील पहिला माणूस दुसऱ्या माणसाला जरा तोऱ्यातच म्हणाला– अरे! मला प्रथम जायला वाट दे. यावर दुसरा माणूस नम्रपणे म्हणाला, साहेब! मी आता आपल्याला तेच म्हणणार होतो. त्यावर पहिला माणूस चिडून जोरात म्हणाला – मी मूर्खांना वाट देत नसतो. त्यावर दुसरा माणूस शांतपणे म्हणाला – सर! आपण जावे कारण त्याबद्दल मी नेहनीच तत्पर असतो

## विनोदवृत्ती जोपासा

आपण नेहमीच बघतो, बहुतांशी माणसं आयुष्यातील प्रत्येक गोष्ट किती गंभीरपणे घेत असतात. त्यांची एकाग्रता आणि कामात झोकून देण्याची पद्धत कौतुकास्पद असते. मात्र, त्याच्या आसपासचे अस्तित्व अनेक वेळा असह्य वाटते, नकोसे होते. आपल्याला असे व्हावेसे मनापासून वाटत नाही. एकसुरीपणा, सतत चिंताग्रस्त,

तणावाखाली राहणे हे नकोसे वाटते. आपल्याला इतरांशी सकारात्मक संबंध जोडायचे असतील, तर असे करून चालणार नाही.

पुढच्या वेळेस वातावरण जेव्हा थोडे गंभीरतेकडे झुकत आहे, असे वाटेल तेव्हा स्वतःला विचारून बघा, अशा प्रसंगी वाईटात वाईट काय घडू शकते? मग असे होऊ नये असे जर तुम्हाला वाटत असेल, तर आपण काय करू शकतो, यावर विचार करा. उत्तर पटकन सापडेल. त्यात छोटासा विनोद वापरा. आपल्याच लक्षात येईल की, अपेक्षित वाईट प्रसंगापेक्षा आपण परिस्थिती सुधारू शकतो. बऱ्याचवेळा अगदी लहानसहान गोष्टींसाठी आपण विनाकारण आपला आणि इतरांचा रक्तदाब वाढवीत असतो. इतकेच नाही तर याचा परिणाम आसपासच्या वातावरणावरदेखील होत असतो. विनोदाचा वापर करून स्वतः स्वस्थ राहा आणि इतरांनादेखील स्वस्थ राहू द्या.

स्वतः खूप हसा आणि इतरांनादेखील हसवा. नैसर्गिक हसण्यामुळे शरीरातील अशा काही ग्रंथी उत्तेजित होतात, की त्यामुळे माणसाची रोगप्रतिकारक शक्ती वाढते. असा निष्कर्ष डॉ. नॉर्मल कझिन्स यांनी एका अभ्यास पाहणीतून काढला आहे. विनोदी माणूस सर्वांनाच आवडतो आणि हवाहवासादेखील वाटतो. स्वतःवरच विनोद करून हसायला शिका. इतरांवर विनोद करण्यापेक्षा इतरांना आपल्या विनोदात सहभागी करून घेणे जास्त उपकारक ठरते. खरा विनोद कुणालाही दुखावत नाही; परंतु विनोदामुळे संकटातून पुन्हा उठण्याचे बळ मात्र नक्कीच मिळते. सर्वांच्याच वृत्ती प्रफुल्लित करतो.

विनोदाची उजळ बाजू मांडल्यानंतर हेदेखील लक्षात घेतले पाहिजे की, प्रत्येक गोष्टीला मर्यादा असतात. सर्वच गोष्टी हसण्यावारी नेता येत नाहीत. सुंदर चित्राची चौकटीच्या मर्यादेने जशी शोभा वाढते त्याच प्रमाणे स्थळ, काळ आणि वेळ यांचा मेळ साधून केलेला विनोद अधिक सुखद आणि आनंददायी असतो. त्यात थोडे का होईना नावीन्य असावे अन्यथा तो टीकेस पात्र ठरतो.

आज माणसाची आनंदाने जगण्यासाठी धडपड सुरू आहे. शरीर आणि मनःस्वास्थ्य याकरिता तो योग करतो, आहाराची काळजी घेतो, व्यायामदेखील करतो. काही सत्संग आणि ध्यानाचे मार्गही अवलंबतात. मनावरील ताण घालविण्यासाठी आणि आनंदी जीवन जगण्यासाठी हसण्या इतका सहज, सोपा आणि बिनखर्चिक दुसरा मार्ग नाही, विनोदामुळे ते शक्य होते. विनोदाच्या मदतीने घडणाऱ्या घटनेत बदल करता येत नाही; परंतु परिस्थितीमुळे निर्माण होणाऱ्या वेदनांची तीव्रता मात्र नक्कीच कमी करता येते. विनोदी वृत्ती जीवनरक्षक ठरू शकते. तिच्यामुळे आयुष्यतील प्रतिकूल परिस्थिती, प्रसंग हाताळणे सोपे जाते.

विनोद वापरा, व्यक्तिमत्त्व प्रसन्न बनवा / १७

# ४

# सकारात्मक होताना

सकारात्मक विचार हा मानसिक आणि भावनिक दृष्टिकोन आहे. तो जीवनाच्या प्रकाशमान भागाकडे नजर ठेवून असतो आणि नेहमीच सकारात्मक परिणामांचीच अपेक्षा करीत असतो. सकारात्मक माणूस आनंद, आरोग्य आणि यश यांचीच अपेक्षा करतो आणि आपल्या आयुष्यात येणाऱ्या अडचणी आणि अडथळ्यांवर आपण मात करू हाच विश्वास बाळगत असतो. सकारात्मक विचार हा प्रत्येक माणूस करू शकतो, असे मात्र नाही. काही माणसांना हा वेडगळपणा वाटतो आणि ते अशा विचारांच्या माणसांना हसतात. मात्र, आता सकारात्मक विचार कारणाऱ्या माणसांची संख्या वाढते आहे. त्यांना सकारात्मक विचारांचे महत्त्व पटायला लागलं आहे आणि सकारात्मक विचारांच्या परिणामकतेवर त्यांचा विश्वास वाढायला लागला आहे. या विषयावर निघणारी अनेक पुस्तके, होणारी व्याख्याने, प्रशिक्षण शिबिरे सकारात्मक विचारांच्या प्रसिद्धीवर प्रकाश टाकणारी आहेत. आपल्या आयुष्यात याचा वापर करावयाचा असेल, तर त्याच्या अस्तित्वापलीकडे आपल्याला जायला हवं आहे. आपण करीत असणाऱ्या प्रत्येक गोष्टीत हा दृष्टिकोन आणायला हवा आहे. सकारात्मकता जीवनात उतरायला हवी आहे.

## सकारात्मक विचार कसे काम करतात

दिनेश आणि नवीन हे दोघे मित्र असतात. मात्र, त्या दोघांचे दृष्टिकोन खूपच विरुद्ध असतात. दोघेही नोकरीच्या शोधात असतात. त्यांच्या अनुभवावरून आपण सकारात्मक विचारांची ताकद कशी असते, हे समजून घेऊया.

**अ)** नवीन एका नोकरीसाठी अर्ज करतो. आपल्याला ही नोकरी मिळणार

नाही, असे त्याच्या मनाने घेतले असते. त्याची आत्मप्रतिमा खूपच कमकुवत असते. आपण हरणारे आहोत अशी त्याची भावना असते आणि ही नोकरी मिळवण्यास आपण अपात्र आहोत, अशी मनाची समजूत त्याने करून घेतलेली असते. स्वतःबद्दल त्याच्या भावना नकारात्मक असतात. त्यामुळे इतर माणसं की ज्यांनी या जागेसाठी अर्ज केलेले आहेत ती या जागेसाठी आपल्यापेक्षा जास्त योग्य आणि लायक आहेत, असे त्याला वाटत असते. नवीनचे मन नकारात्मक विचारांनी ग्रासलेले असते. त्याचबरोबर नोकरीबद्दल त्याच्या मनात भीतीदेखील निर्माण झालेली असते. मुलाखतीच्या अगोदर पूर्ण एक आठवडा आपल्याला ही नोकरी मिळणारच नाही या विचारातच तो घालवितो.

मुलाखतीच्या दिवशीदेखील तो उशिराच उठतो. उठल्यावरच त्याच्या हे लक्षात येते, की आपण आज जो शर्ट घालायचे ठरविले होते तो मळालेला आहे आणि दुसऱ्या शर्टला तर ईस्त्रीच केलेली नाही. अगोदरच उशीर झालेला असल्यामुळे तो चुरगळलेला शर्टच घालून जायचे ठरवितो. तसेच सकाळचा नाष्टा न करताच बाहेर पडतो. मुलाखतीलादेखील तो वेळेवर पोहचू शकत नाही. मुलाखत देताना तो धास्तावलेला असतो. त्याचे मन नकारात्मक विचारांनी घेरलेले असते. त्याला भूक लागलेली असते. चुरगळलेल्या शर्टचाच तो सतत विचार करीत असतो. त्यामुळे त्याचे मन विचलित झालेले असते. त्यामुळे त्याला मुलाखतीवर लक्ष केंद्रित करता येत नव्हते आणि मुलाखत घेणाऱ्यावर त्याची चांगली छाप पडू शकली नव्हती. त्याची भीती खरी ठरली आणि त्याला नोकरी मिळू शकली नाही.

**ब)** दिनेशनेदेखील याच जागेसाठी अर्ज केला होता. त्याची मुलाखत दुपारी होती. त्याने याच मुलाखतीचा सामना वेगळ्या पद्धतीने केला. आपल्यालाच ही नोकरी मिळणार याबद्दल त्याला दांडगा आत्मविश्वास होता. मुलाखतीच्या अगोदरच्या आठवड्यातच त्याने तयारीला सुरुवात केली होती. आपल्यालाच ही नोकरी मिळणार याची त्याला खात्री होती. तसेच चित्र तो मनात सतत रंगवत होता. आपण मुलाखतीत चांगली छाप पडणार आणि ही नोकरी आपल्यालाच मिळणार, असे त्याला मनापासून वाटत होते. मुलाखतीला जाण्याच्या आदल्या दिवशीच त्याने आपले घालायचे कपडे व्यवस्थित केले तयार केले. सर्व तयारी झाली आहे याची खात्री करून तो लवकर झोपी गेला होता. मुलाखतीच्या दिवशी तो नेहमीपेक्षा जरा लवकरच उठला. शांतपणे नाष्टा केला आणि ठरलेल्या वेळेच्या थोडा अगोदरच तो मुलाखतीच्या जागेवर हजर होता. मुलाखत घेणाऱ्यावर दिनेश चांगली छाप पाडतो आणि त्याला ही नोकरीदेखील मिळते.

या घटनेवरून आपण काय शिकायचे? यात काही चमत्कार घडला होता का? उलट सगळे कसे घडायला पाहिजे तसे घडले आहे नाही का? यावरून असे दिसते, की सकारात्मक विचार हाच जीवनातील उत्तम मार्ग आहे. सकारात्मक विचारांमुळे आपण आनंदी राहतो. आपल्या डोळ्यात चमक येते. आपल्यात उत्साह संचारतो. आपल्या व्यक्तिमत्त्वातून सदिच्छा, आनंद आणि यश यांचा संदेश बाहेर पडत असतो. आपल्या स्वत:च्या आयुष्यावर त्याचे उत्तम परिणाम होतात. आपली चाल सिंहासारखी बनते, रुबाबदार होते. आवाजात भारदारपणा येतो आणि या गोष्टी आपल्या देहबोलीवर उमटतात. सकारात्मकता आणि नकारात्मकता या दोन्ही संसर्गजन्य आहेत. आपल्याला भेटणाऱ्या माणसांचा आपल्यावर आणि आपलादेखील त्यांच्यावर या ना त्या प्रकारे मनाच्या सुप्त अवस्थेत परिणाम होत असतो. हे सर्व अगदी सहजपणे आणि नकळत घडत असते. शब्दातून, विचारातून, आचारातून, देहबोलीतून आणि भावनांमधून हे परावर्तित होत असते. साहजिकच आपण नकारात्मक माणसांची संगत टाळण्याचा प्रयत्न करीत असतो, तर सकारात्मक माणसाचा सहवास आपल्याला हवाहवासा वाटतो. सकारात्मक विचाराच्या माणसांना इतर माणसे मदत करायला उत्सुक असतात, तर नकरात्मक विचारांच्या माणसांना ते नापसंत करतात, टाळतात.

नकारात्मक विचार, दृष्टिकोन, नकारात्मक शब्द आणि दु:खी भावना, त्याचप्रमाणे संकेत आणि वागणूक निर्माण करतात. जेव्हा मन नकारात्मक असते तेव्हा आपल्या रक्तात विषारी घटकांचा स्राव होतो. त्यामुळे अधिकच दु:ख आणि नकारात्मकता पसरते. अशाप्रकारे आपण दु:खाच्या, अपयशाच्या आणि निराशेच्या गर्तेत लोटले जातो.

## सकारात्मक विचारांसाठी काही व्यावहारिक सूचना

इथे हे लक्षात घ्यायला हवे, की मन सकारात्मकतेकडे वळविण्यासाठी काही अंतर्गत गोष्टींची आवश्यकता आहे. कारण विचार आणि दृष्टिकोन एका रात्रीतून बदलता येत नाहीत. त्यासाठी निष्ठेने आणि दीर्घकाळ प्रयत्न करावे लागतात.

१) आपल्या विषयांबद्दल उत्तम वाचन करा. त्यामुळे होणाऱ्या फायद्याचा विचार करा. आपण स्वतः त्याचा पाठलाग करा, ते मिळविण्याचा प्रयत्न करा. आपल्या विचारांमध्ये प्रचंड ताकद आहे, शक्ती आहे. ते आपल्या आयुष्याला आकार देत असतात. अर्थात्, हा आकार सर्वसाधारणत: सुप्त मनातून दिला जातो; परंतु या गोष्टी आपल्याला जागृतपणेदेखील करता येतात. अशा कल्पना

जरी अगम्य, अशक्य वाटल्या तरी त्यांचा पाठपुरावा करा. त्यापासून आपले काहीही नुकसान होणार नाही. झाला तर फायदाच होईल.

२) आपल्या लक्षात आले, की आपण बदलत आहोत. आपली विचार करण्याची पद्धत बदलते आहे, तर इतर माणसे आपल्याबद्दल काय म्हणतात किंवा काय विचार करतात, याला महत्त्व देऊ नका.

३) आपल्या कल्पनाशक्तीचा उपयोग करून फक्त उपयुक्त आणि फायदेशीर घटनांचेच चित्र रंगवा.

४) स्वत:शी किंवा इतरांशी संबंध साधताना सकारात्मक शब्दांचाच वापर करा.

५) हास्याचा, स्मिताचा जरा जास्तच वापर करा. त्याचा सकारात्मक विचारांसाठी चांगला उपयोग होतो.

६) एकदा का नकारात्मक विचार आपल्या मनात आला, की त्याबद्दल आपण जागृत व्हायला हवे आणि तो विचार सकारात्मक विचाराने बदलण्याचा प्रयत्न करायला हवा. त्यानंतर जर नकारात्मक विचार परत आला, तर परत त्याचे परिवर्तन सकारात्मक विचारात करा. जसे की तुमच्या डोळ्यापुढे दोन चित्रं आहेत. त्यापैकी आपल्याला फक्त एकाच चित्राकडे बघायचे आहे आणि दुसरे चित्र डोळ्यासमोरून काढून टाकायचे आहे, तर आपण काय कराल? सातत्याने एकाच चित्राकडे लक्ष द्याल. त्याचप्रमाणे सातत्याने तुमच्या मनाला प्रशिक्षण दिल्यानंतर नकारात्मक विचार गळून पडतील.

७) नकारात्मक विचारांचे सकारात्मक विचारांमध्ये परिवर्तन करताना जर आपल्याला आतूनच विरोध होतो आहे असे वाटले तरी प्रयत्न सोडू नका. आपल्या मनातील फायदेशीर, चांगल्या आणि आनंदी विचारांकडेच लक्ष द्या, ठेवा.

८) आताच्या परिस्थितीत आपण कोणत्या प्रसंगातून जाता आहात, त्यामुळे काहीच परिणाम होत नाही. सकारात्मक विचार करा. आपल्याला हवे तसेच परिणाम मिळतील, अशीच अपेक्षा करा आणि लक्षात ठेवा, की त्याचप्रमाणे परिस्थिती आणि वातावरण बदलत जाईल. आपण सातत्य कायम ठेवले, तर आपल्या मनाच्या विचारांची दिशादेखील आपण बदलू शकाल. यासाठी कदाचित थोडा वेळ लागेल, प्रयत्न करावे लागतील. मात्र यथावकाश आपल्याला हवे तसेच घडेल.

९) दुसरं महत्त्वाच तंत्र असं आहे, की गंभीरपणे गोष्टी सांगण्याची पुन: पुन्हा सवय करा. हे तंत्र कल्पनाचित्र पाहण्यासारखंच आहे. या दोन्ही कार्यपद्धती एकत्रदेखील वापरता येतात.

## सकारात्मक विचारांचे गुणधर्म

**सकारात्मक विचार संसर्गजन्य आहेत :** आपली सकारात्मक विचारपद्धती आपल्या आसपासच्या माणसांवर सकारात्मक परिणाम करते. माणसे आपला मूड पकडतात आणि त्याप्रमाणे वागतात. आपला आनंद, आरोग्य आणि आपल्याला मिळणाऱ्या यशाचा विचार करा. यामुळे आपण आसपासच्या माणसांना आकर्षित करून घ्याल. त्यांना तुम्ही आवडायला लागाल आणि आपल्याला मदत करायला ते पुढे येतील. कारण आपल्या मनातून परावर्तित होणाऱ्या सकारात्मक लहरी त्यांना खेचून घेतील. सकारात्मक विचारांचा फायदा करून घेण्यासाठी आपल्याला एकंदरीत आयुष्याबद्दलच सकारात्मक दृष्टिकोन निर्माण करायला हवा. आपण जे करू त्यात यश मिळविण्याच्याच अपेक्षा हव्यात; परंतु त्यासाठी आवश्यक त्या सर्व गोष्टी अगदी मनापासून करा. परिश्रमाशिवाय यश ही अशक्य गोष्ट आहे.

## परिणामकारक यशस्वी विचार

**परिणामकारक सकारात्मक विचार :** सकारात्मक विचार हे फक्त सकारात्मक शब्दांची पुनरावृत्ती करून येत नाहीत, तर हा आपल्या मनाचा एक प्रबळ दृष्टिकोनच व्हायला हवा. फक्त थोड्या वेळापुरते सकारात्मक विचार आणणे पुरेसे नाही. आपल्या विचारांच्या निर्मितीवर खोलवर काम करायला हवे. म्हणजे भीती, अश्रद्धा अशा गोष्टी आपल्या मनात प्रवेशच करणार नाहीत. आपण कसा विचार करतो यावर स्वतःचे नियंत्रण यायला हवे, आपण मनाची अशी शक्ती विकासित करायला हवी, की त्यामुळे आपल्यावर, आपल्या सभोवतीच्या वातावरणावर आणि माणसांवर सकारात्मक परिणाम होतील.

## सकारात्मक विचारांसाठी काही क्लृप्त्या

- विचार करताना फक्त सकारात्मक शब्दांचाच वापर करा. जसे की मी करू शकतो, मी सक्षम आहे, हे शक्य आहे, हे करता येईल इ.
- फक्त आनंदी भावना, शक्ती आणि यश यांचीच मनात जोपासना करा.
- नकारात्मक विचारांकडे दुर्लक्ष करा. ते मनातून पूर्णपणे काढून टाका. अशा गोष्टींचा विचार करण्यास नकार द्या. अशा गोष्टींची जागा विधायक आणि आनंदी गोष्टींनी भरून काढा.
- आनंदी आणि सकारात्मक माणसांच्याच सहवासात राहा.
- प्रेरणा देणारे वाङ्मय वाचा.

- प्रेरणा देणाऱ्या बोधकथांचे चिंतन करा.
- स्वतःवर श्रद्धा ठेवा आणि आपल्या विकासासाठी निसर्ग आणि आजूबाजूची परिस्थिती मदत करणार आहे, असा विश्वास बाळगा.
- आशावादी बना, सतत हसत राहा.
- प्रत्येक वेळी जेव्हा नकारात्मक विचार मनात जागा होईल तेव्हा ताबडतोब त्याला हाकलून लावा आणि सकारात्मक विचारानेच मन भरा.
- आपल्या संभाषणात असेच शब्द वापरा, की त्यामुळे शक्ती, आनंद, आणि यशाच्याच प्रतिमा आपल्या आणि इतरांच्या मनात उमटतील.
- कोणतीही योजना सुरू करण्यापूर्वी ती योजना यशस्वीच होणार, असे स्पष्ट चित्र डोळ्यासमोर उभे करा. आपण पूर्ण विश्वासाने असे चित्र डोळ्यासमोर उभे केल्याने आश्चर्यकारक परिणाम मिळतात.
- दररोज पुस्तकातून कमीत कमी एक प्रेरणादायी पान किंवा कथा वाचा.
- आनंद देणारे चित्रपट पाहा.
- बातम्या बघण्याचा आणि वर्तमानपत्र वाचण्याचा वेळ कमी करा.
- सकारात्मक विचार कारणाऱ्या मित्रांचे आणि व्यक्तींचे सान्निध्य वाढवा.
- आपली पाठ ताठ ठेवून चाला आणि बसा. यामुळे आपला आत्मविश्वास आणि आतील ताकददेखील वाढेल.
- चालणे, पोहणे किंवा ताकद वाढविणारे काही व्यायाम करा. त्यामुळे सकारात्मक दृष्टिकोन वाढण्यास मदत होते.
- आताची तुमची परिस्थिती कशी का असेना, सकारात्मक विचार करा आणि आपल्याला हव्या त्या परिणामांची, परिस्थितीची अपेक्षा करा. मग यथावकाश आपला मानसिक दृष्टिकोन आपल्या पुढील परिस्थितीवर परिणाम करेल आणि परिस्थितीला आपल्या अपेक्षा पुऱ्या करायला भाग पाडेल. लक्षात ठेवा, सकारात्मक दृष्टिकोनामुळे आनंद आणि यश मिळविणे सोपे जाते.
- सकारात्मक दृष्टिकोनामुळे आयुष्यात घडणाऱ्या दैनंदिन गोष्टींचा सामना करणे सोपे जाते. त्यामुळे आपले आयुष्य आशावादी बनते. आपल्या आयुष्यातील काळज्या आणि नकारात्मकता यांना पळवून लावता येते. सकारात्मकता हाच आपल्या आयुष्याचा मार्ग म्हणून पत्करला, तर आपल्या आयुष्यात विधायक बदल घडून येतील आणि आपले आयुष्य सुखी, तेजस्वी आणि यशस्वी

बनवतील. सकारात्मक दृष्टिकोनामुळे आपण आयुष्यातील प्रकाशमय बाजूकडे लक्ष देऊ लागतो. चांगल्या गोष्टीवर जोर देतो. त्यामुळे आयुष्य विधायक होऊन आपण चांगल्याच घटनांची अपेक्षा धरतो. आपल्या अपेक्षेप्रमाणे घटनाही घडतात. आयुष्याला एकप्रकारचे चांगले आणि विधायक वळण लागते.

## खालील पद्धतींमुळे सकारात्मक दृष्टिकोन प्रकट होतो

१) सकारात्मक विचार
२) विधायक विचार
३) कल्पक विचार
४) आशावादी विचार
५) कामात प्रेरणा आणि स्फूर्ती असणे
६) ध्येय/ उद्दिष्ट गाठली जाणे
७) माणसाचे आनंदी राहणे

## सकारात्मक विचारांच्या चौकटीमुळे होणारे फायदे –

१) अपयशाची नाही, तर यशाचीच अपेक्षा केली जाते.
२) आपण प्रेरित असल्याची भावना येते.
३) येणाऱ्या अपयशाला न जुमानता सतत प्रयत्न करण्याची शक्ती मिळते.
४) समस्या आणि अपयश या इष्ट आपत्ती वाटतात.
५) आपला स्वतःवर आणि आपल्या क्षमतांवर विश्वास वाढतो.
६) आत्मविश्वास, आत्मप्रतिमा आणि आत्मप्रतिष्ठा वाढते, उंचावते.
७) समस्येमध्ये बुडण्यापेक्षा त्यांच्या उत्तरावर लक्ष केंद्रित होते.
८) संधी नुसत्याच दिसत नाहीत, तर त्या तुम्हाला खुणावतात.

## सकारात्मक विचार कसे करायचे

सकारात्मकता ही आपण स्वतः केलेली निवड आहे. आपण स्वतः विचार करून आपल्या मूडवर नियंत्रण आणू शकतो आणि आपल्या विचारांची पातळी उंचावू शकतो. अडचणीकडे विधायक दृष्टी टाका आणि आपल्या आयुष्याला अधिक उजळ, उपयुक्त बनवा. आयुष्याबद्दल सकारात्मक धोरण स्वीकारल्यास आपण आपल्या नकारात्मक विचारांच्या चौकटीचे रूपांतर करून आयुष्यातील चिंता, अडचणी बाजूला सारून, त्या सोडवून आपण कोणत्या संधी उपलब्ध करू शकतो, यावर विचार करायला सुरुवात करतो. आपण जर सकारात्मक विचार पद्धतीची निवड केलीत, तर

आयुष्याचं संपूर्ण नियंत्रण आपण आपल्या स्वतःच्या हातात घेऊ शकाल आणि दैनंदिन जीवनात अधिक आनंदी, समाधानी होऊ शकाल. त्याचबरोबर अगणित फायद्याचे आपण धनी होऊ शकतो. नकारात्मक विचारांची चौकट मोडल्यामुळे आयुष्यातील अनेक संधी आपल्याला दिसायला लागतील. आपल्या पुढच्या अनेक अडचणी सोडवून आपण त्यांची उत्तरे शोधून, ती अमलात आणून आपल्या चिंतांतून दूर होऊ शकतो आणि एक मुक्त आणि आनंदी जीवन जगायला सुरुवात करू शकतो.

खालील गोष्टींचा उपयोग आपण आपले आयुष्य अधिक सकारात्मक, उन्नत करण्याकडे करू शकाल.

## आपल्या सकारात्मक विचारांवर चिंतन करा

सकारात्मक विचार करण्याने आपले आयुष्य अधिक समृद्ध होते, आनंददायी बनते. आपले मानसिक आणि शारीरिक आयुष्य संपन्न बनते. बदलांचा सामना करण्याची आपली ताकद वाढते. सकारात्मक विचारांचे फायदे समजावून घेतले, तर आपल्याला अधिक प्रेरणा मिळते. याचे महत्त्वाचे फायदे असे आहेत-

१) आयुर्मर्यादा वाढते
२) निराशा येण्याचे प्रमाण कमी होते
३) सर्दी-पडशासारख्या रोगांबद्दल प्रतिकारशक्ती वाढते
४) शारीरिक आणि मानसिक आरोग्य सुधारते
५) ताणतणाव सहजतेने पेलता येतात
६) उत्तम परस्परसंबंध सहजपणे निर्माण करता येतात आणि ते जास्त मजबूत होतात

## आपल्या दृष्टिकोनांची जबाबदारी स्वीकारा

आपल्याला माहीत आहे का की, एका दिवसात आपल्या मनात सर्वसाधारण पन्नास हजारांपेक्षा जास्त विचार येतात आणि हे विचार आपल्या स्वतःचे असतात. इतरांना आपण सांगितल्याशिवाय आपण काय विचार करता आहात आणि त्याबद्दल आपल्याला काय वाटते, हे समजू शकत नाही. ही गोष्ट खरोखरच आव्हानात्मक आहे. मात्र, परंतु या सर्व विचारांबाबत आपण सकारात्मक किंवा नकारात्मक, अशी निवड करीत असतो. त्यामुळे आपले विचार सकारात्मक आहेत की नकारात्मक याची निवड आपली स्वतःची असते. म्हणूनच त्याची संपूर्ण जबाबदारीदेखील आपणच घ्यायला पाहिजे.

## नकारात्मक विचार करणार नाही, असा निश्चय करा

याचा अर्थ असा आहे, की सभोवतालच्या वातावरणातील नकारात्मकता आपण दूर करू शकतो. आपल्या अवतीभोवतीच्या वातावरणात नेहमीच खूप नकारात्मकता असते. आज आपण काय चांगले करू शकणार आहोत, यावर आपली संपूर्ण ताकद एकत्रित करा. आपण इतरांनादेखील या प्रक्रियेत सामील करून घ्यायचे ठरावा. हे इतर माणसांनी किंवा वातावरणाने, त्यांचा प्रभाव आपल्यावर पाडण्यापेक्षा जास्त चांगले आहे.

## नकारात्मकता आपल्याला घेरणारच नाही यासाठी

१) आपली योजना दुसऱ्याकडून रद्द होऊ देऊ नका. माणसे, गोष्टी जितक्या चांगल्या किंवा वाईट असतात त्यापेक्षा कितीतरी मोठ्या करून आपल्यापुढे आणतात, मांडतात आणि आपल्याला काळजीत टाकतात.

२) सकारात्मक योजना तयार करा. त्यामुळे व्यवहार्य तोडगे काढता येतात.

३) आपल्या योजना साध्या असाव्यात. आपले नकारात्मक विचार आणि योजना लिहून काढा आणि त्यावर विचार करण्यासाठी आवश्यक वेळ द्या. असे विचार आपल्या मनात का आलेत? आणि ते आपल्याला कसे पळवून लावता येतील, याचा विचार करा.

४) आपली योजना आपण जसजशी अमलात आणाल, तसतसे आपल्या लक्षात येईल, की नकारात्मक विचार ओळखणे फारसे अवघड नाही. त्यानंतर नकारात्मक विचार मनात आणणे किंवा ठेवणे आपल्याला अवघड जाईल.

५) आपल्या विचारांचा मागोवा घेण्यासाठी, पाठलाग करण्यासाठी नोंदवही ठेवा. आपण जर दररोज आपल्या विचारांची नोंद ठेवली, तर आपल्याला आपल्याच विचारांचा एक ढाचा लक्षात येतो. त्यामुळे हा विचार सकारात्मक आहे की नकारात्मक, हे आपल्या लक्षात येऊ शकते. दिवसाच्या शेवटी वीस मिनिटे काढा आणि हा ढाचा सकारात्मक आहे की नकारात्मक, याचा शोध घ्या. असा शोध खूपच उपयुक्त ठरतो, मौल्यवान ठरतो. त्यानंतर आपण आपल्याला हव्या त्या सुधारणा त्यात करू शकतो.

६) विचारांची अगदी सगळीच जंत्री ठेवण्यापेक्षा आलेले पाच सकारात्मक आणि पाच नकारात्मक विचार लिहून काढले तरी चालेल आणि त्यावर विचार करून त्यांचे पृथक्करण करावे.

७) आपल्यावर जर ताण असेल, तर नोंदवही ठेवणे जास्त उपयोगी ठरते. आपल्याला कोणत्या विचारांचा त्रास होतो आहे, हे यावरून समजेल.

## आपल्या नकारात्मक विचारांना ओळखा आणि त्यांचा सामना करा

**१) आपल्या नकारात्मक विचारांना सहजतेने ओळखा :** नकारात्मक विचारांपासून दूर जाण्यासाठी, जे सकारात्मक विचारांपर्यंत पोहचण्यास आपल्याला आडकाठी करतात त्याबद्दल आपल्याला जास्त सजग राहायला हवे. जेव्हा आपण असा विचार ओळखता तेव्हाच आपण त्यांना आव्हान देऊ शकता आणि आपल्या मनातून हद्दपार करू शकता. जेव्हा आपण नकारात्मक विचार ओळखता, त्याचा प्रकार, त्याची जात ठरवता तेव्हाच त्याचा सामना करणे, त्याच्याशी दोन हात करणे आपल्याला शक्य होईल आणि सकारात्मक विचाराच्या मदतीने त्याला विरुद्ध दिशेने लांबवर हाकलून लावता येईल.

**२) उलट-सुलट, काळे-पांढरे, हे की ते, असे विचार टाळा :** आपल्या लक्षात आलेच असणार, की अशा विचारात मध्यम मार्ग कधीच नसतो. असतात ती फक्त दोन टोके. आपल्याला ज्या ज्या गोष्टींचा सामना करावा लागतो त्या एकतर असतात किंवा नसतात. या गोष्टींना राखाडी रंग असा नसतोच. दोनच रंग असतात- पांढरा किंवा काळा. म्हणून आपल्याला हवे असणारे घडले नाही, तर सर्व वाईटच आहे, असे आपल्याला वाटते. कारण राखाडी रंगाचा अभाव असल्यामुळे जे काळे झाले असे वाटते ते दुरुस्त करताच येत नाही. हे म्हणजे असे होईल, की मी हे काम वेळेवर करू शकणार नाही, तर ते मी का करावे?

अशा प्रकारची विचारसरणी टाळायची असेल, तर आपण काळे किंवा पांढरे यात राखाडी रंगाची सोय करून ठेवायला पाहिजे. याचा सरळ अर्थ असा आहे, की कोणत्याही दोन परस्परटोकांच्या मार्गांमध्ये अजून एक मध्यम मार्ग आहे आणि तो आपण शोधायला हवा. सकारात्मक आणि नकारात्मक मार्गांच्या मधल्या अशा मार्गांची एक यादीच तयार करा म्हणजे सर्व परिस्थिती अगदी आणीबाणीची नसते, हे आपल्याला पटेल. उदाहरणार्थ- आपण परीक्षेच्या पेपरला उशिरा पोहचलो आणि मग आपल्या मनात टोकाचा विचार आला, की आता आपण पेपर पूर्ण करू शकणार नाही आणि त्यामुळे नापास होणार, मग आता पेपरला बसण्यात काय अर्थ आहे? यात दुसरा असा विचार होऊ

शकतो, आपण जरी अर्धा पेपर पूर्ण करू शकलो तरी आपण पास होऊ शकतो. पेपर न लिहिण्यापेक्षा अधिक गुण मिळवू शकतो. आपण पेपर पूर्णदेखील करू शकतो. फक्त आपल्याला थोडी घाई करावी लागेल. कदाचित अगदी छान उत्तरे देता येणार नाहीत; परंतु ढोबळमानाने तरी लिहिता येईल. आपण आपल्या शिक्षकांशी बोलून कदाचित थोडा अधिक वेळदेखील मागून घेऊ शकतो. काळी-पांढरी विचार पद्धती ही सर्वसाधारण अतिशयोक्ती असते. दुसरा बरोबर आहे म्हणजे आपण चुकीचेच असणार, असे या माणसांना वाटत राहते. आपण आपल्यावरच रागावून म्हणत असतो की, मी तर नेहमीच अयशस्वी ठरतो, मग आजच वेगळे काय घडणार आहे इत्यादि इत्यादी. कोणत्याही परिस्थितीत राखाडी बाजू बघितल्यावर आपल्यावर काही आकाश कोसळणार नाही याची आपली खात्री पटेल आणि आपण आपल्या काळ्या परिणामांवर विजय मिळवू शकू, असे आपल्याला वाटू लागेल हे नक्की.

३) **दुर्बलांना छळणारे होऊ नका :** अशी माणसे परिस्थितीचा गैरफायदा घेत इतरांवर विशेषत: दुबळ्या माणसांवर दादागिरी करण्याचा प्रयत्न करीत असतात आणि त्यांना त्रास देऊन नाराज करतात. अशा माणसांची शिकार बनू नका.

४) **इतर माणसांचे कठोर बोलणे मनावर घेऊ नका :** आपण काही वाईट करतो आहोत किंवा चुकीचे करतो आहोत आणि म्हणून अशा माणसांपासून दूर राहा, असे नाही. मात्र, ज्या माणसांच्या कठोर बोलण्याने आपले अंत:करण दुखावले जाते अशा माणसांपासून दूरच राहिलेले बरे

५) **स्पष्ट बोला :** एखाद्याचे कठोर बोलणे आपल्याला आवडले नाही, तर तसे नम्रपणे स्पष्ट बोलून दाखवा. उदाहरणार्थ- एखादे वेळेस आपले वरिष्ठ आपल्याला टाकून बोलले, तर त्यांना तसे सांगा आणि अशा बोलण्याने माझ्या कामावर परिणाम होतो, असेदेखील सांगा. परंतु नंतरचा वाद टाळा

६) **विचार बदला :** नकारात्मक विचार बदलता येतात. त्यावर उत्तम उपाय आहेत ते असे-

• नकारात्मक विचारात मला काही भवितव्य नाही हे विधान सकारात्मक विचारात मला उज्ज्वल भवितव्य आहे, असे बदलता येईल.

• नकारात्मक विचारात मी गर्व करावा, असा एकदेखील गुण माझ्याकडे नाही हे विधान सकारात्मक विचारात मी गर्व करावा असे कितीतरी गुण माझ्याकडे आहेत, असे बदलता येईल. सगळे नकारात्मक विचार सकारात्मक विचारात

बदलता येतात. आपण त्याची सवय केली तर नक्कीच सकारात्मक माणूस बनाल. कारण अशा सवयीमुळे नकारात्मक विचार गळून पडतील. त्यांना आपल्या मनात प्रवेशच मिळणार नाही.

७) **हे करा :** संगीत ऐका. सकारात्मक विचारांची पुस्तके वाचा. हिंसक चित्रपट बघायचे थांबवा. संगीतामुळे मन प्रसन्न बनते. अशा मनात सकारात्मकता अगदी सहज प्रवेश करते. नकारात्मकता कशी टाळावी याच्या युक्त्या पुस्तकातून सापडतात, धडे मिळतात. या उलट हिंसक चित्रपटांमुळे आपले मनदेखील हिंसक नकारात्मक बनते.

८) **सौंदर्यस्थळांना भेटी द्या :** अशा स्थळांचा मनावर फार चांगला परिणाम होतो. निराशा पार दूर पळून जाते आणि माणूस ताजातवाना होतो. मनाच्या अशा अवस्थेत कल्पकता आणि सकारात्मकता यांचा जन्म होतो.

९) **स्वतःस दोष देऊ नका :** स्वतःस दोष देणे किंवा तसा विचार करणे म्हणजे जे जे काही वाईट होते आहे त्याला मीच जबाबदार आहे, अशी समजूत करून घेणे होय. हा अतिशय गंभीर प्रकार आहे, की ज्यामुळे प्रत्येक गोष्टीत आपण असाहाय्य होतो. हे केवळ असाध्य वेडच नाही, तर त्यामुळे आपण कोणालाच नको आहोत, असे वाटत राहते. आपण जे काही करतो आहोत त्यामुळे कोणावर तरी अन्याय होतो आहे, असे आपल्याला विनाकारण वाटत राहते.

१०) **स्वतःची गाळणी लाऊन विचार स्वीकारू नका :** हे जेव्हा घडते तेव्हा आपण झालेल्या संवादातून फक्त नकारात्मक विचारांचाच स्वीकार करतो. उदाहरणार्थ– आपले साहेब आपल्या कामाची स्तुती करतात आणि आपल्यातील काही किरकोळ कमतरता आणि आपण करायला हव्या अशा सुधारणांबद्दलदेखील काही सूचना देतात. म्हणजे खरं तर आपले साहेब आपल्याला मदत करण्यासाठी या गोष्टी सांगतात; परंतु आपण या सर्व गोष्टींकडे टीका म्हणूनच बघत राहतो. म्हणजे त्यांनी केलेल्या मोठ्या स्तुतीकडे, प्रशंसेकडे आपले दुर्लक्षच होते. असा जर आपला स्वभाव झाला, तर आपण सगळ्याच सकारात्मकतेकडे दुर्लक्ष करून फक्त नकारात्मक गोष्टींचा बागुलबुवा तयार करीत राहतो. यातील नकारात्मक विचार टाळण्यासाठी सर्व परिस्थितीकडे संपूर्णतेने बघायला शिका. गरज भासल्यास त्याची व्यवस्थित टिपणी करा. त्यात आलेल्या सकारात्मक आणि आपल्याला वाटलेल्या नकारात्मक गोष्टींवर

थोडा विचारदेखील करा. म्हणजे आपल्या लक्षात येईल, की सकारात्मक गोष्टींपुढे नकारात्मक गोष्टी अगदीच नगण्य, किरकोळ आहेत आणि त्यांचा उपयोगदेखील आपण सकारात्मकने करून घेऊ शकतो.

**११) अनामिक संकटाची भीती टाळा :** आपल्याला कधी कधी कारण नसता काही अनामिक संकटांची उगीचच भीती वाटत असते. काही महासंकटे आपल्यापुढे उभी राहणार आहेत, असे वाटत असते. जसे की आपले कुटुंबीय एखाद्या साथीला बळी पडणार आहेत. एखाद्या बसच्या, रेल्वेच्या अपघातात सापडणार आहेत आणि आपण काहीतरी चूक केली आहे म्हणून असे घडणार आहे, असेदेखील आपल्याला वाटते. हे असे टाळता येईल अशा घडलेल्या घटनांची खरी माहिती गोळा करा म्हणजे आपल्या लक्षात येईल, की जगात अशा घडलेल्या घटनांचे प्रमाण अगदीच नगण्य आहे. याचाच अर्थ असा होतो, की आपल्याला वाटत असलेली भीती काल्पनिक आहे. निराधार आहे. हे पटले म्हणजे आपली व्यर्थ भीती कमी होईल. यासाठी दूरदर्शन किंवा चित्रपटातील अशा घटना बघण्याचे टाळा किंवा त्यांचा वस्तुनिष्ठ विचार करा.

**१२) भविष्य सांगणारे विचार थांबवा :** आपल्या इतिहासातील घटनांवरून भविष्याचा वेध घेणे थांबवा. कारण सर्व परिस्थितीच सतत बदलत असते. तसे झाले नाही, तर त्याच त्या घटना पुढे घडणार आहेत असेच आपल्याला वाटत राहील. खरे तर पुढे नेमके काय घडणार आहे, हे कोणालाच सांगता येणार नाही. उदाहरणार्थ– आपल्या मागील अनुभवावरून नवीन मित्राबरोबरची आपली मैत्रीसुद्धा तुटेल, असा विचार आपण कराल. परंतु खरे तर इथे आपण आपली मागील मैत्री का तुटली, का संपली याचा विचार करायला हवा आणि तशा गोष्टी नवीन मैत्रीत होणार नाहीत याची खबरदारी घ्यायला हवी. इथे आपल्या सुप्त मनाला बजावायला हवे, की आता घडणारी मैत्री नवीन असेल. ती आता मोडणार नाही. कारण आताची परिस्थिती वेगळी आणि नवीन आहे.

**१३) आपल्या नकारात्मक विचारांना आव्हान द्या :** आपण आतापर्यंतचे आयुष्य फक्त नकारात्मक विचारातच घालविले असले तरी याचा अर्थ ते आरोग्यदायी किंवा योग्य आहे असा होत नाही. यात बदल करण्यास सुरुवातीला बराच संघर्ष करावा लागणार आहे. त्याला जोरदार आव्हान द्यावे लागणार आहे आणि ते मी करणार आहे. कारण यापुढे मला सकारात्मक जीवनच जगायचे

आहे. जेव्हा नकारात्मक विचार आपल्या मनात प्रवेश करायला लागतात तेव्हा त्यांना असा साधा प्रश्न विचारा, की मला हे योग्य वाटते म्हणून मी असा विचार करतो आहे का? की माझ्या जवळ माहितीचा अभाव आहे? किंवा असा नकारात्मक विचार करून मला काय लाभ होतो आहे? ही परिस्थिती मला वाटते तितकी खरोखरच वाईट आहे का?

**१४) नकारात्मक विचार बदलून तेथे सकारात्मक विचार पेरा :** एकदा का नकारात्मक विचार ओळखून त्याला आव्हान देण्याचा आत्मविश्वास आपल्यात आला तर आपण नकारात्मक विचार बदलून त्या जागी सकारात्मक विचार पेरण्याचा सक्रिय निर्णय घ्यायला तयार झालात, असे समजा. याचा अर्थ असा नाही, की आपल्या आयुष्यात सर्वच सकारात्मक घडेल. काही वेळा नकारात्मक घटनादेखील घडतील. त्याचे आपल्याला वाईटदेखील वाटेल. हे सर्व अगदी स्वाभाविकदेखील आहे. नकारात्मक विचार बदलून सकारात्मक विचार पेरण्याचा उद्देश ठेवणे म्हणजे आपले भवितव्य उज्ज्वल करण्याच्या विचारप्रक्रियेस मदत करणे आहे.

यासाठी उपयुक्त पडतील असे काही मुद्दे –

१) आपल्या अवतीभोवतीच्या माणसांत, गोष्टींत आणि घटनांमध्ये चांगले काय आहे, याचा शोध घेण्याचा प्रयत्न करा.

२) दररोज रात्री आपण आभार मानले पाहिजेत अशा गोष्टींची यादी करा. त्याप्रमाणे परमेश्वराचे आभारदेखील माना.

३) आव्हानात्मक माणसे आणि परिस्थिती यांच्याकडे आपल्या मार्गातील अडथळे म्हणून बघण्यापेक्षा आपल्याला मिळालेल्या संधी आहेत अशा दृष्टीने बघा.

४) आपल्याला सतत बजावत राहा, की अपयशानंतरदेखील आपले आयुष्य अनेक क्षमता आणि संधींनी भरलेले आहे. आपल्या भविष्यात आपल्याला काय मिळवायचे आहे, कोणत्या संधी हस्तगत करावयाच्या आहेत यांचीदेखील एक यादी तयार करा.

## आशावादी आयुष्य जगा

• लक्षात ठेवा-सकारात्मक विचार शिकायला वेळ लागतो. सकारात्मक विचार पद्धत विकसित करायला वेळ लागतो. हे एक कौशल्य आहे. आपण नकारात्मकता घेऊन जन्माला आलेले नसता. काही वर्षांतील अनुभवांचा

परिणाम म्हणून आपण नकारात्मक होता. यामध्ये आपली परिस्थिती, आपले आई-वडील, आपले शिक्षण, समाजातील माणसे यांचा परिणाम आपल्यावर झालेला असतो. कौशल्य निर्माण करायला जरा वेळ लागतो. तसाच वेळ सकारात्मकता कमवायलादेखील लागतो. सवय आणि समर्पण लागते. परत आपण नकारात्मकतेकडे जाणार नाही याची काळजीदेखील घ्यावी लागते.

- नेहमीच स्वतःबद्दल सकारात्मक बोला. आपण स्वतःशी कसा संवाद साधतो यावर आपले विचार, भावना, आत्मप्रतिमा आणि काम अवलंबून असते.
- आपण केलेल्या चांगल्या कामाबद्दल आपली स्तुती करा. आपण करीत असलेल्या चांगल्या कामाबद्दल स्वतःला धन्यवाद द्या, आभारदेखील माना. असे करण्याची खूप आवश्यकता आहे.

## नवीन गोष्टी करा

विविध प्रकारचे अनुभव आपल्याला समृद्ध बनवितात. माणसात त्यामुळे आश्चर्यकारक बदल होतात. आपल्याला सुरक्षित वाटणाऱ्या परिघाच्या पलीकडे गेल्यास आपल्याला चकित करणाऱ्या अनेक गोष्टी आपल्याला भेटतात आणि त्या आपल्या नकारात्मक विचारांना पळवून लावतात. परस्परविरोधी टोकांची धार कमी करून मध्यम मार्ग तयार करतात. खालील काही गोष्टी आपली नकारात्मकता दूर करण्यास मदत करतील आणि आपल्या आयुष्याला नवीन गती मिळेल.

१) अभिनय शिका. स्वतःला व्यक्त करण्याची ही उत्तम संधी आहे. त्यामुळे आपण आपल्या सुरक्षित परिघाबाहेर पडण्यास प्रवृत्त होतो.

२) नवीन गावे, शहरे आणि प्रदेश बघा. तेव्हा इतर माणसे जगाकडे कसे बघतात त्याचादेखील अभ्यास करा.

३) नवनवीन कथा, कादंबऱ्या, प्रवासवर्णने वाचा.

४) नवनवीन कौशल्ये आत्मसात करा.

५) नवीन कला, भाषा शिका.

## अधिक सजग आणि जागृत व्हा

१) चाकोरीबद्ध जीवन जगणं हे नकारात्मक विचारसरणीसाठी पुढे केले जाणारे एक कारण आहे. अशी माणसे एखाद्या स्वयंचलित गाडीत बसल्यासारखे जीवन जगत असतात, म्हणजे त्यांच्या जीवनाच्या गाडीला चालकच नसतो. गाडी नेईल तिकडे ते प्रवास करीत असतात. ते आपल्याभोवती एक कवचच

तयार करतात आणि अस्तित्वच गमावून बसतात. बौद्धिकदृष्ट्या आळशी बनतात. आजूबाजूला घडणाऱ्या घटनांची त्यांना जाणीवच नसते. त्याबद्दल ते तसे बेफिकीरच असतात. त्यांनी जर डोळे उघडून आजूबाजूला बघितले, तर त्यांना आयुष्य आनंददायी आणि सकारात्मक वाटेल. आयुष्याकडे सजगतेने, जागृतपणे बघितले, तर आयुष्य अधिकाधिक सकारात्मक होत राहील.

२) कदाचित आपल्याला आपण धिमे आहोत, आळशी आहोत असे वाटत असेल, तर आपल्याला विश्रांतीची किंवा बदलाची गरज आहे. कासवासारखे कोषात शिरून स्वतःस दोष देत बसू नका. आपण आता ताजेतवाने होऊन अशा कृती करा, की आयुष्यात पुन्हा नवचैतन्य संचारेल.

३) स्वतःला जास्त केंद्रित बनविण्यासाठी ध्यानाची सवय करा, त्यामुळे आपण उत्कृष्ट एकाग्रता साधू शकल. दररोज आपल्याला सोईस्कर असेल त्यावेळी ध्यान केल्यास आपण स्वतःची आणि सभोवतालची सजगता वाढवू शकता. नियमित ध्यानाची मदत आपले संकुचित विचार बदलून आपली आंतरिक शक्ती वाढविण्यास होते. आयुष्य अधिक स्वस्थ आणि सुंदर होते. आपली कल्पकता वाढून आपले वेळेचे व्यवस्थापनदेखील सुधारते. आयुष्यातील विकल्प कमी होतात. परस्परसंबंध सुधारतात. स्वच्छ आणि स्पष्ट विचार करण्याची क्षमता वाढते. विपश्यना ध्यान पद्धतीतील अनापान या तंत्राचा उपयोग यासाठी फार उपयुक्त ठरतो, असा माझा वैयक्तिक अनुभव आहे.

४) योगासनेदेखील यासाठी उपयुक्त ठरतात. योगासनांचा संबंध श्वासाबरोबर जोडल्यास आपल्या मनाची शक्ती वाढते. योगासने शरीराप्रमाणे मनाची शक्तीदेखील वाढवितात.

## वाचन वाढवा

आपलं मनोधैर्य वाढवून आपल्या भीतीवर मात कारणाऱ्या माणसांची चरित्रे वाचा. यात विशेषतः अपयशातून यशाकडे वाटचाल केलेल्या उद्योजकांची, शास्त्रज्ञांची आणि खेळाडूंची चरित्रे असू द्या. ही सर्व सत्यावर आधारित असल्यामुळे आपल्याला पुरेशी, आवश्यक प्रेरणा देतील. वाचनामुळे आपल्याला ज्ञान मिळते आणि आपण अधिक समजूतदार बनतो. अपयशाने खचून न जाता, मनावर विजय मिळवून यशाकडे जाण्याची जिवंत प्रेरणा मिळते. अनेकांनी तशी मिळविली आहे याची स्पष्ट जाणीव होते. बहुतेक माणसांना आपले आयुष्य उन्नत करण्यासाठी असा लढा द्यावा लागतो याची जाणीव होते आणि आपण अधिक क्रियाशील बनतो

# आपल्यातील कल्पक बाजूचा शोध घ्या

आतापर्यंत हे निर्विवाद सत्य म्हणून स्वीकारले गेलेले आहे, की सर्वसाधारण माणसात कल्पनाशक्ती असतेच. आतापर्यंत आपण आपल्या कल्पक बाजूचा शोध घेतलेला नसेल, तर आताची हीच वेळ त्यासाठी अगदी योग्य आहे. कलाकार होण्यासाठी वेळ द्या. चित्रकार बना. यासाठी आपल्या हातांचा उपयोग करा. त्यांचे कौशल्य वाढवा. आपले विचारदेखील यासाठी लावले, तर आपल्याला आश्चर्य वाटेल अशा गोष्टी आपल्या हाताने होतील. आपण चाकोरी बाहेर पडून कल्पना करू लागाल आणि आपली वाटचाल सकारात्मकतेकडे होऊ लागेल. जरी आपण फारसा विचार केला नाही तरी कल्पकतेकडे आपण नक्कीच झुकाल. अनेक मार्गांनी आपण स्वतःला सकारात्मक बनवू लागाल.

१) कॅमेरा हातात घ्या आणि फोटो काढायला सुरुवात करा. तंत्रज्ञानाच्या विकासामुळे हे काम सोपे परंतु उत्तम परिणाम देणारे झाले आहे. त्याने आपल्याला उत्तम प्रेरणा मिळेल. गरज वाटल्यास एखादा फोटोग्राफी वर्ग किंवा क्लबदेखील सुरू करता येईल. मिळालेली ही प्रेरणा इतर गोष्टींतदेखील उपयुक्त ठरेल.

२) सिरॅमिक किंवा मातीकामाच्या वर्गालादेखील जायला लागा. आपल्या हाताने करायच्या कामाचा आनंद लुटा.

३) छोटे छोटे लेख लिहायला सुरुवात करा. कविता, कथा लिहा. कदाचित यातूनच कादंबरी लेखनाकडेदेखील वळता येईल. या सर्वांमुळे विविध विचार करायची सवय होते. वेळही छान जातो.

४) निसर्गचित्रे काढायला लागा. या सर्व गोष्टींचा उपयोग आपले मन ताजेतवाने करण्यासाठी होतो. आपली निराशा, आळस आपल्याला कधी सोडून जातील हे आपल्याला कळणारदेखील नाही. यामुळे अनेक मित्र जोडले जातात. आयुष्याच्या कक्षा रुंदावल्या जातात.

# आशावादी माणसांबरोबर वेळ घालवा

१) आशावाद आणि दुःख दोन्हीही संसर्गजन्य आहेत. आपल्याला काय आवडेल? आपल्याला जर आशावादी वाटत असेल, तर आपण स्वतःला आशावाद हे मूल्य बहाल करू शकतील अशा माणसांच्या संपर्कात राहा. आसपासच्या माणसांमधील सकारात्मक गोष्टी हेरा. माणसांतील चांगल्याचा शोध घ्या. त्यामुळे आपली अधिक प्रगती होईल. माणसांची मनापासून आणि खरी स्तुती

करा. खालील गोष्टी आपल्याला आशावादी माणसांच्या सहवासात अधिक वेळ घालवायला मदत करतील.

२) आपल्या प्रेरणा आणि शक्ती हरण करतील अशा माणसांचा सहवास टाळा. आपल्याला असा सहवास टाळता येणार नसेल, तर त्यांच्यामुळे आपण विचलित होणार नाही याची काळजी घ्या आणि त्यांचा सहवास, संपर्क कमीत कमी ठेवा.

३) नकारात्मक माणसांचा संपर्क टाळा.

## अर्थपूर्ण उद्दिष्टे ठरवा

आपले उद्दिष्ट काही का असेना, आपण स्वत:ला त्यासाठी आणि त्यामागील उद्देशाला पूर्णपणे वाहून घ्यावे. आपण पहिले उद्दिष्ट प्राप्त केले की मग आपल्याला दुसरे उद्दिष्ट प्राप्त करण्याची प्रेरणा मिळेल. अशी नवनवीन अर्थपूर्ण उद्दिष्टे आपण आपल्यासमोर ठेवाल आणि एकामागून एक साध्यदेखील कराल. उद्दिष्ट- प्राप्तीबरोबरच, मग ते कितीही छोटे का असेना, आपला आत्मविश्वास, आत्मप्रतिमा आणि आत्मप्रतिष्ठा वाढतच जाईल. त्यामुळे आपोआपच आपले आयुष्य सकारात्मक होत जाईल. आता संपूर्ण आयुष्याचा विचार करून उद्दिष्ट ठरवा आणि ते प्राप्त करण्याची योजनादेखील तयार करा. यामुळे आपल्याला अधिक प्रेरणा मिळेल आणि अशा प्रेरणेच्या आधारे आपण आपल्या मार्गातील सर्व अडथळे दूर, पार करू शकाल आणि आपल्या भवितव्यावर आपले नियंत्रण येईल.

## आयुष्यातील आनंद लुटायला विसरू नका

१) आयुष्य जगण्यासाठी पैसा मिळविण्याच्या कामात बऱ्याचवेळा आपण इतके गढून, बुडून जातो, की खरे आयुष्य जगण्याचे आपण विसरूनच जातो. असे होता कामा नये. आयुष्य जगण्यातील आनंद, मजा लुटा. असा आनंद लुटणारी माणसं जास्त समाधानी आणि परिपूर्ण आयुष्य जगतात. ती अधिक सकारात्मक होतात. कारण आयुष्यातील कंटाळवाणा तोच तोपणा ते कुशलतेने दूर करतात. आयुष्यातील मजा चाखल्यामुळे आपल्यापुढील कठीण आणि आव्हानात्मक कामांचा सामना ते अधिक उत्साहाने करू शकतात. सकारात्मक आणि गमतीदार आयुष्य जगण्यासाठी या गोष्टींचा जरूर विचार करा.

२) आपल्या सुरक्षित वर्तुळाबाहेरची काही कामे मुद्दाम करा. जसे की भटकंती, गिर्यारोहण, समुद्रस्नान, गगनभरारी इ. करून बघा. यातून किती आनंद आणि प्रेरणा मिळते ते अनुभवा.

३) खळखळून हसा. मित्रांबरोबर वेळ काढा. विनोदी चित्रपट बघा. हास्य क्लबचे सभासद व्हा. अशा आनंदी वातावरणात नकारात्मकता प्रवेशच करू शकत नाही.

४) काम करतानादेखील विनोदाचा आसरा घ्या. सतत नुसते काम आणि काम करीत राहिलात, तर शरीरावर आणि मनावर खूप ताण पडतो. त्यामुळे आनंद साजरा करायला वेळ मिळविणे अधिकच अवघड जाते आणि नकळत नकारात्मकता आपला ताबा घेते. आपल्या व्यस्त दिनक्रमात हसायला, मजा करायला थोडा वेळ राखून ठेवणे अत्यंत आवश्यक आहे. आयुष्य खूप गंभीरपणे घेऊ नका.

५

# स्वयंप्रेरणेचे सात नियम

**१) मोठी ध्येयं ठरवा; परंतु मार्गावर ठाम वाटचाल करा.**

यशाचा मार्ग चालत असताना अनेक छोट्या-छोट्या वाटचालीनेच प्रगती होत असते. जेव्हा आपण अशा छोट्या-छोट्या कामगिरीमध्ये यशस्वी होतो त्यातूनच मोठ्या यशाकडे जायचे असते. मात्र, येथे लक्षात ठेवायला हवे, की ही सर्व कामे आपल्या अंतिम ध्येयाशी मिळती-जुळती असायला हवीत.

**२) सुरुवात केलेले, हाती घेतलेले काम पूर्ण करा.**

आपण केलेल्या अर्धवट कामगिरीचा काहीच उपयोग नसतो. हाती घेतलेल्या कामात थोडे अवघडपण वाटले, की प्रयत्नच थांबवले जातात आणि त्याची सवयच होते. हे मात्र घडत असते. हे टाळण्यासाठी जे काम हाती घ्याल ते तडीस नेण्याची सवय लावा.

**३) समान ध्येयं असलेल्यांबरोबर संबंध जोडा.**

अनेकांचा सहभाग हा बहुतेक वेळा उत्साहवर्धक असतो, तेव्हा समान ध्येयं असणाऱ्या माणसांशी, गटांशी संबंध जोडा. त्यांच्या कामात सहभागी व्हा, त्यांनाही आपल्या कामात सहभागी करून घ्या. यामुळे आपल्यालाही प्रेरणा मिळते. आपला उत्साह द्विगुणित होतो. आपण करीत असणाऱ्या कामाला पुष्टी मिळते.

४) **शिकायचे कसे, हे सर्वप्रथम शिका.**

ज्ञानासाठी दुसऱ्यावर अवलंबून राहणे हे कालापव्यय करणारे आहे. त्यामुळे कामाची गतीदेखील कमी होते. तेव्हा ज्ञानासाठी स्वयंपूर्ण असलेले उत्तम. अर्थात्, कमीत कमी वेळात ज्ञान कसं संपादन करायचं, ही एक कला आहे. माणसाचं एक वैशिष्ट्य आहे, की तो फारशी मदत नसतानादेखील स्वप्रयत्नांनी शिकू शकतो आणि ही शक्ती विकसित केल्यावर आपल्याला कळेल, की आपण कल्पनाही केली नसेल एवढे यश आपण सहज मिळवू शकतो.

५) **आपले नैसर्गिक गुण, क्षमता आणि आपल्याला प्रेरित करणाऱ्या गोष्टी यात समतोल साधा.**

नैसर्गिक हुशारी प्रेरणा उत्पन्न करते. अशी प्रेरणा सातत्य निर्माण करते आणि सातत्य माणसाला यशापर्यंत घेऊन जाते. हाती घेतलेले काम पूर्ण करून घेते. म्हणून आपल्या नैसर्गिक क्षमतांवर लक्ष केंद्रित करा. आपल्याला कोणत्या गोष्टी प्रेरित करतात, हे जाणून घेऊन त्यांच्यात समतोल साधा आणि आपल्या अंतिम ध्येयाकडे वाटचाल करा.

६) **आपल्याला प्रोत्साहित करणाऱ्या गोष्टींचे ज्ञान वाढवा.**

आपण कोणत्या गोष्टींनी प्रोत्साहित होतो, याकडे बारकाईने लक्ष देणे गरजेचे आहे. त्यामुळे त्यांचा वापर करून आपल्याला आपला उत्साह आणि प्रेरणा राखून सतत कार्यरत राहता येईल.

७) **योग्य धोके पत्करण्याची तयारी ठेवा.**

आयुष्यात धोका पत्करल्याशिवाय काहीही मिळत नाही. म्हणजेच यश पाहिजे असेल, तर धोका पत्करावा लागतोच. अर्थात्, असे धोके अंधपणाने नाही, तर यशाचा विचार करूनच स्वीकारायला हवेत, नाही तर आपत्ती कोसळेल. धोके अपायकारक ठरतील. अर्थात्, विचारपूर्वक स्वीकारलेल्या धोक्यांमुळे अपयश जरी आले तरी त्याचा खुल्या मनाने स्वीकार करा. अनेक यशस्वी माणसांनी अपयशातूनच यशाकडे वाटचाल केलेली आहे.

# ६

## स्वयंप्रेरणेचे ए. बी. सी...

A) Avoid negative sources like people and habits.
नकारात्मक विचार पैदा करणाऱ्या स्रोतापासून दूर राहा, जसे की माणसे, सवयी इ.

B) Believe in yourself.
स्वत:वर विश्वास ठेवा.

C) Consider things from every angle.
विविध दृष्टिकोनांतून गोष्टींचा विचार करा.

D) Don't give up and don't give in.
उद्दिष्ट साध्य होईपर्यंत पाठपुरावा करीत राहा. अन्य विचारांना थारा देऊ नका.

E) Enjoy life today as yesterday has gone and tomorrow will never come.
आज, आता समोर असलेले आयुष्य जगा. कारण काळ तर संपलेला आहे आणि उद्या अजून यायचा आहे.

F) Family and friend are hidden treasures. Seek them and enjoy their riches.
कुटुंब आणि मित्र हे दडलेल्या, सुप्त संपत्तीसारखे आहेत. त्यांचा उपयोग करा आणि आयुष्य समृद्ध करा. उंचीवर न्या.

G) Give more than what is promised.
आपल्याला जे मिळते त्यापेक्षा जास्त परत देण्यासाठी वचनबद्ध राहा.

H) Hang on to your dreams.
आपल्या स्वप्नांना चिटकून राहा.

I) Ignore those who try to discourage you.
आपल्याला नाउमेद करणाऱ्यांपासून दूर राहा.

J) Just do it.
ताबडतोब, लगेचच करा.

K) Keep on trying, no matter how hard it seems. It will get better.
आता कितीही कठीण वाटले तरी करीतच राहा. ते अधीक सुलभ, सोपे होईल.

L) Love yourself first and foremost.
सर्वप्रथम स्वत:वर प्रेम करणे महत्त्वाचे आहे.

M) Make it happen.
गोष्टी घडविण्यावर जोर द्या.

N) Never lie cheat or steal. Always try to settle fair deal.
खोटे बोलू नका, कुणालाही फसवू नका किंवा चोरीही करू नका. नेहमीच सचोटीने व्यवहार करा.

O) Open your eyes and see things as they really are.
सावधपणे, खुल्या डोळ्यांनी गोष्टी खऱ्या आहेत तशाच बघायला शिका.

P) Practice makes man perfect.
अभ्यास, सवय व सराव माणसाला परिपूर्ण बनविते.

Q) Quitter never wins and winner never quits.
प्रयत्न अर्धवट सोडणारे कधीच जिंकत नाहीत आणि जिंकणारे कधीच प्रयत्न सोडीत नाहीत.

R) Read, study and learn about everything important in your life.
आपल्या आयुष्यात ज्या गोष्टी महत्त्वाच्या आहेत त्यांच्याबद्दल वाचा, अभ्यास करा आणि त्या शिका.

S) Stop procrastinating.
पश्चात्ताप करणे थांबवा. दिरंगाई करणे टाळा.

T) Take control of your own destiny.
आपल्या नशिबाचे नियंत्रण आपल्याच हाती ठेवा.

U) Understand yourself in order to better understand others.
इतरांना चांगले समजून घेण्याअगोदर स्वत:स समजून घ्या

V) Visualize it.
डोळ्यापुढे आणा. कल्पना आणा.

W) Want it more than anything
हव्या असणाऱ्या गोष्टींबद्दल इतर गोष्टींपेक्षा जास्त तीव्र इच्छा ठेवा.

X) Accelerate your efforts
आपले प्रयत्न वाढवा.

Y) You are unique in this world, nothing can replace you.
आपण या जगात अद्वितीय आहात. काहीही, कोणीही आपली जागा भरून काढू शकणार नाही.

Z) Zero in on your target and go for it.
आपल्या ध्येयातील अंतर कमी-कमी करीत तेथे पोहचा.

७

## सहनशीलता- शक्ती व्यक्तिमत्त्वाची

(सहनशीलता म्हणजे व्यक्ती-व्यक्तीतले फरक स्वीकारून त्यांचे मूल्य जाणणे. अशा फरकांमुळेच माणसाचे आयुष्य समृद्ध होते. वैयक्तिक मर्यादेमुळे प्रत्येकाला जगाची सर्वार्थाने जाणीव होणे शक्य नाही, म्हणूनच आपण एकत्रितपणे विचार केला, सर्वांच्या मतांचा आदर केला, तर हे आकलन पूर्ण होण्यास मदत होईल आणि आपले ज्ञान वाढेल. सहनशीलता म्हणजे कोणतीही टीका न करता इतरांना काम करण्यास, त्यांची मते व्यक्त करण्यास, बोलण्यास मुभा देणे.)

एकदा एका साधूनी पवित्र गंगेत स्नान केले आणि ते नदीच्या पत्रातून बाहेर आले. नदीच्या पात्रावर एक उपद्रवी, दंगेखोर माणूस भटकत होता. तो अचानक पुढे आला. तो विड्याचे पान चघळीत होता. तो साधूच्या अंगावर थुंकला. साधूनी चकार शब्ददेखील न बोलता, शांतपणे परत जाऊन गंगेत पुन्हा स्नान केले. वरती आल्यावर तो माणूस पुन्हा त्यांच्या अंगावरती थुंकला. परत-परत हाच प्रकार होत होता आणि अत्यंत सोशीकपणे साधू परत-परत शांतपणे गंगेत जाऊन स्नान करून येत होते. त्याच्या तोंडून एकदाही, एकही अपशब्द बाहेर पडला नाही की चेहऱ्यावर राग किंवा त्रासिकपणा दिसला नाही. साधूने दाखविलेल्या या आत्यंतिक सोशीकपणामुळे उपद्रवी, दंगेखोर माणसाचे मन, हृदय द्रवले. त्याला आपल्या अपकृत्याची जाणीव झाली आणि त्याला चांगलाच पश्चात्तापदेखील झाला. त्याने साधूला साष्टांग नमस्कार घातला. त्यांचे पाय धरले आणि क्षमा मागितली. त्यावर साधू म्हणाले- खरं तर मीच आपले पाय धरायला हवेत आणि आपला सत्कारदेखील करायला हवा. कारण एकाच दिवसात कोणाही माणसाने या पवित्र गंगेत इतक्या वेळेस स्नान करणे शक्य आहे का? मला तर हे भाग्य तुझ्यामुळे लाभले. म्हणूनच मला तुझे आभार मानायला

पाहिजेत. यावर तो उपद्रवी, दंगेखोर माणूस म्हणाला- स्वामीजी, या शहरात एक कोट्यधीश माणूस राहतो. त्याला आपल्या प्रसिद्धीचा आणि लौकिकाचा खूपच मत्सर वाटतो. त्याने मला आपल्या विरुद्ध भडकावले आणि आपल्याला असा त्रास द्यायला लावले. त्याचा असा अंदाज होता, की मी तुमच्या अंगावर थुंकल्यावर तुम्ही माझ्यावर संतापाल, मला माराल आणि त्यामुळे तुमच्या प्रतिष्ठेला मोठा धक्का बसेल. असे झाले तर ते मला सोन्याच्या अनेक मोहरा देणार होते. स्वामीजी, मला त्याचा मोह झाला, लोभ वाटला आणि म्हणून मी आपला अपमान केला. कृपया मला क्षमा करा, असे म्हणून तो उपद्रवी, दंगेखोर माणूस पुन्हा साधूंचे पाया धरून रडू लागला. याचे हे स्पष्टीकरण ऐकून साधू पुढे म्हणाले- अरे! हे तर मला माहीतच नव्हते. मला जर हे आधीच कळले असते, तर मात्र मी तुला चांगलाच चोप दिला असता आणि त्यामुळे तुला त्या कोट्यधीश माणसाकडून सोन्याच्या खूप मोहरांचादेखील लाभ झाला असता.

औदार्य आणि सोशीकता यासाठी हे एक अनोखे उदाहरण आहे आणि या दोन्हीही गुणांचे, मूल्यांचे आकलन आपल्याला या उदाहरणातून सहज होते. सर्व समस्यांचे आणि त्रासांचे मूळ सहनशीलतेच्या अभावातच आहे. आपल्याकडे औदार्य आणि सोशीकता असेल, तर धर्म, जात, जमात, संप्रदाय आणि पंथ याबाबतींतील काही समस्याच उद्भवल्या नसत्या. कार्यालयात, घरात एवढेच काय परंतु कोठेच समस्या उद्भवल्या नसत्या. आयुष्यात ज्यांना यशस्वी व्हायचे आहे, त्या सर्वांच्या दृष्टीने सर्वांत उपयुक्त गुण म्हणजे सोशीकता, सहनशीलता होय.

जगातील बहुतेक सर्वच सुप्रसिद्ध व्यक्तींमध्ये सोशीकता हा गुण जन्मतःच असतो, असे जाणवते. उदाहरणच द्यायचे झाले, तर सुप्रसिद्ध तत्त्वज्ञानी सॉक्रेटिस यांचे देता येईल. त्यांची बायको त्यांना सतत वाईट रीतीने वागवत असे, शिवीगाळ करीत असे; परंतु सॉक्रेटिस यांनी मात्र अतिशय सोशीकतने तिच्याबरोबर संसार केला. दुसरे उदाहरण चटकन डोळ्यासमोर येते ते आल्बर्ट आईनस्टाईन यांचे. आईनस्टाईन यांच्या व्यक्तिमत्त्वाला सहनशीलते बरोबरच विनोदाची झालर, किनार होती याची गंमत वाटते. त्यांची बायको जरा खाष्टच होती. एकदा असेच आईनस्टाईन यांचे काही मित्र त्यांच्या घरी आले होते, गप्पा अगदी रंगात आल्या होत्या. त्याचबरोबर बायकोच्या तोंडाचा पट्टाही चालूच होता. कंटाळून त्यांनी दाराच्या बाहेर जाऊन गप्पा मारायला सुरुवात केली. आता मात्र बायकोचा पारा चढला. ती बाल्कनीत गेली आणि तेथून तिने आईनस्टाईन यांच्या डोक्यावर पाण्याची बादली ओतली. त्यावर आईनस्टाईन शांतपणे म्हणाले. बाबानो! थांबूयात. कारण आतापर्यंत फक्त गडगडत होते; परंतु आता तर पाऊसदेखील पडायला सुरुवात झालेली दिसते आहे. जगत्गुरू तुकाराम

महाराजांचे उदाहरण तर आपणा सर्वांना सुपरिचित आहे ते सविस्तरपणे सांगण्याची गरज नाही. बायकोच्या जाचामुळेच माणसं विज्ञान आणि तत्त्वज्ञानाच्या वाटेला जातात काय?

अशी असंख्य उदाहरणे आहेत. आपण स्वतःचे उदाहरण घेऊन बघा. आपल्याच कुटुंबात असे दोष असणारी माणसे नक्कीच सापडतील. आपल्याला न आवडणारे काही दोष त्यांच्यात असतातच. अशा अनेक उचापती ते करीत असतात, की त्या आपल्याला रुचत नाहीत. तरीदेखील या सर्व गोष्टी आपण सहन करतोच ना? आपण आणि आपले कुटुंबीय सहनशील असल्यामुळेच आपण आपले आयुष्य शांतपणे आणि सुख-समाधानाने घालवू शकतो नाही का? सहनशीलता ही शांत आणि आनंदी आयुष्याची एक महत्त्वाची गुरुकिल्ली आहे.

आपल्याला असे वाटते का, की आपल्या आयुष्यात, कुटुंबात खूप समस्या आहेत आणि त्यामुळे अनेक कटकटींना, झगड्यांना आपल्याला नेहमीच सामोरे जावे लागते आहे? याचा अगदी सरळ अर्थ असा आहे, की आपल्याला आणि आपल्या आसपासच्या माणसांना सहनशीलतेची गरज आहे. सुरुवातीला आपण आपल्यातील सहनशीलता वाढविण्याचा प्रयत्न करा, त्यामुळे आपले आयुष्य शांततामय आणि सुसंवादी बनेल. घरातील नवरा-बायको, भाऊ-बहीण, जवळचे इतर सगेसोयरे जर सहनशीलता आत्मसात करायल लागले, तर सगळे कुटुंबच शांततामय आणि सुसंवादी बनेल. उत्पन्न होणाऱ्या सर्वच समस्या आपण कशा हाताळतो यावर त्याचे परिणाम अवलंबून असतात. समस्या जर सहनशीलतेचा उपयोग करून सोडविल्या, तर आपल्या लक्षात येईल, की समस्या या समस्याच राहत नाहीत. अनंत काळापासून कुटुंबात समस्या आहेत आणि त्याचे कारण सोशीकतेचा अभाव हेच आहे. स्वतःच्याच सुखासाठी स्वतःच्याच विचारांची मनमानी करण्याची बेदरकार प्रवृत्ती सगळीकडे प्रचंड प्रमाणात बोकाळलेली दिसते आहे. या सर्वांनाच सहनशीलतेची सवय लावल्यास या शत्रूचा उत्तम सामना करून आपण त्याला हद्दपार करू शकू. काही माणसांच्या मनात असादेखील प्रश्न येऊन जात असेल, की सहनशीलतेची खरेच आवशकता आहे का?

कोणतीही दोन माणसे, मग ती अगदी सारखी दिसणारी जुळी भावंडे का असेनात, खऱ्या अर्थाने सारखी नसतात. त्यांचे अनुभव, त्यांच्या भावना, त्यांचे विचार आणि त्यांचे दृष्टिकोन वेगवेगळे असतात म्हणूनच सहनशीलता म्हणजे अशा फरकांना स्वीकारणे आणि त्यांचा आदर करणे होय. सहनशीलता हे सुसंकृत मनाचे मूल्य आहे, लक्षण आहे. त्यामुळे विविध विचारांची-आचारांची माणसं एकत्र गुंफून एक सुरेख समाज तयार होतो. माणसांना, समाजाला एकत्र बांधून ठेवण्यासाठी

सहनशीलता हा खूपच उपयुक्त गुण आहे. यामुळे उत्तम शिष्टाचार अंगात मुरतात, आपल्याला योग्य निवाडा करता येतो, योग्य निर्णय घेता येतात आणि इतरांच्या विचारांचे योग्य मूल्यमापन करता येते. लोकशाही राज्यपद्धतीत तर त्याचे मूल्य फारच वाढते. आपल्याला दैनंदिन आयुष्यात सहनशीलता तर फारच उपयुक्त ठरते हे नि:संशय. आपण हा गुण, हे मूल्य आपल्यात विकसित केले, तर जीवनातील अनेक समस्या, अनेक दु:खे कमी होतील. आपण शांतता आणि आनंदाचे धनी होऊ. बालवयातच हा गुण विकसित करणे सोपे असते. घरातील आणि समाजातील वडीलधाऱ्या मंडळींनी लहानांना यासाठी मदत करणे गरजेचे असते.

८

# संवेदनक्षमता

एकदा एक घोडेस्वार जंगलातून चालले होते. जवळच काही सैनिक लाकडाचा जड ओंडका हलविण्याचा प्रयत्न करीत असलेले त्यांना दिसले. ते सैनिक ओंडका हलविण्याची नेटाने धडपड करीत होते. त्यांचे वरिष्ठ अधिकारी जवळच उभे होते. घोडेस्वाराने त्यांना विचारले- आपण सैनिकांना मदत का करीत नाही? त्यावर अधिकाऱ्याने उत्तर दिले- मी अधिकारी आहे आणि हुकूम देणे हे माझे काम आहे. मी कामगारांकडून काम करून घेतो

घोडेस्वार खाली उतरले, सैनिकांच्या जवळ गेले आणि त्यांना ओंडका हलविण्यास मदत करू लागले. त्यांच्या मदतीमुळे ओंडका हलला. सैनिकांनी त्यांचे आभार मानले. घोड्यावर स्वार होऊन घोडेस्वार त्या अधिकाऱ्याजवळ जाऊन त्यांना म्हणाले- यानंतर जेव्हा तुमच्या माणसांना मदतीची गरज लागेल तेव्हा तुमच्या सेनापतीला बोलवा

अधिकारी चांगलेच चपापले. त्यांनी चौकशी केली तेव्हा त्यांना समजलं, की घोड्यावरील सद्‌गृहस्थ त्यांचे सेनापती म्हणजेच जॉर्ज वॉशिंग्टन हे होते. नेत्याने किंवा वरिष्ठ अधिकाऱ्याने अवघड, कठीण काम करताना आपल्या सहकाऱ्यांशी, हाताखालील माणसांशी कसे वागायला पाहिजे, हे जॉर्ज वॉशिंग्टन यांनी उदाहरण दाखवून दिले. नुसत्या आज्ञेपेक्षा किंवा मार्गदर्शनापेक्षा हे कितीतरी परिणामकारक आहे नाही का?

यश आणि नम्रता हातात हात घालून चालतात. साधेपणा आणि नम्रता ही मोठेपणाची दोन लक्षणं आहेत. नम्रता म्हणजे स्वत:ला कमी लेखणं नाही, तर स्वत:बद्दल योग्य अभिमान बाळगून, इतरांच्या गरजांबद्दल जागृत राहून त्यांचा मान

राखणे होय. दुसऱ्यांचा विचार करणे, दुसऱ्यांच्या भावनांचा विचार करणे, त्यांची कदर करणे यामुळे अधिक समाधान लाभते. दुसऱ्यांचा विचार करण्याच्या वृत्तीमुळे आपली प्रतिमा उजळते. इतरांनी आपली पर्वा करावी असे वाटत असेल, तर आपणही त्यांची कदर करायला शिकलं पाहिजे. समंजसपणा हा उत्तम परस्परसंबंधांचा, स्नेहसंबंधांचा पाया आहे.

वाहननिर्मितीच्या मोठ्या कारखान्यातील माझ्या एका प्रशिक्षणात सहभागी झालेले श्री. बापट नावाचे सुपरवायझर माझ्याकडे आले. मोठा धार्मिक परंतु पटकन रागावणारा. खरंतर थोडा कोपिष्टच माणूस. काहीशा संकोचानेच मला म्हणाले– साहेब! मला तुमच्याशी काही बोलायचे आहे. त्यांचा संकोच घालविण्याच्या उद्धेशाने मी त्यांना म्हणालो, बापटसाहेब, जरूर बोला. मलाही तुमच्याशी बोलायला खूप आवडेल. बापट पुढे म्हणाले– सर, मी अतिशय धार्मिक माणूस आहे. दररोज सकाळी देवाची पूजा, प्रार्थना केल्यानंतरच मी कारखान्यातील माझे काम सुरू करतो; परंतु त्यानंतर शॉपवर गेल्यावर लगेचच मला माझ्या कामगारांना खूप झाडावे लागते. खरतर जोरजोरात ओरडून अर्वाच्य शिव्यांचा वापर केल्याशिवाय माझे कामगार कामाला सुरुवातच करीत नाहीत. सर, देवपूजेनंतर आरडाओरडा करणं, घाण शब्द वापरणं खरंतर मनाला पटत नाही; पण काय करू? चांगली भाषा, विनंती या गोष्टी तर त्यांना समजतच नाहीत. मी चांगला वागलो, तर ते मला टकल्या म्हणतात.

थोड्या गप्पा मारल्यानंतर माझ्या लक्षात आले, की खरी समस्या ही बापटांच्या कामगारांची किंवा त्यांच्या हाताखालील माणसांची नाही, तर बापटांच्या दृष्टिकोनाची आहे. आपल्यातील कमतरतेचा, कमीपणाचा अनुभव बापट घेत होते. नेमका याचाच फायदा त्यांच्या हाताखालची माणसे घेत होती. त्यांना अस्वस्थ करण्याचा मार्ग शोधत होती. त्यातील काही माणसे या गोष्टीचा आसुरी आनंद उपभोगत होती. मला वाटते, हा परिणाम बापटांच्या प्रतिक्रियेमुळे होत होता. बापटांनी याकडे जरा पोक्तपणे बघितले असते, तर ते ही घटना वेगळ्या पद्धतीने हाताळू शकले असते.

मी बापटांना सहज विचारले– बापटसाहेब, आपल्या हाताखालील माणसांनी आपल्याला टकलूऐवजी केसाळ म्हटलं तर चालेल का? ते आपल्याला आवडेल का? त्यावर बापट म्हणाले– काय साहेब? त्याला काही अर्थच राहणार नाही. बापटांना समजाविण्याची ही योग्य संधी आहे, असे मला वाटले. मग मी त्यांना विचारले– आपल्याला परवडणारा काही उपाय करून आपण आपल्या डोक्यावर केस उगवू शकाल काय? बापट म्हणाले– नाही, नक्कीच नाही. कारण गेली अनेक वर्षे मी तसा प्रयत्न केला; परंतु त्याचा काहीही उपयोग झाला नाही. तर मग आपण काय कराल? काहीच नाही. मला परमेश्वराने का टकलू केले, तेच मला कळत नाही.

बापटांच्या बोलण्यातले मोठे दु:ख, अस्वस्थता आणि असहाय्यता मला जाणवली. थोडा विचार करून मी त्यांना म्हणालो- मिस्टर बापट, मला असे वाटते की, परमेश्वराने काही डोकी सुंदर बनविली आणि बाकीच्या डोक्यांना केसांनी झाकून टाकले. यावर मला बापटांच्या चेहऱ्यावर हसू चमकताना दिसले.

मित्रहो! मी अशी अनेक माणसे बघितली आहेत की, ते अकारण आपल्यातील एखादी कमतरता मनावर घेऊन आपला रक्तदाब वाढवून घेतात, निराश होतात, खिन्न होतात. कारण ती आपल्यातील दूर करता येणार नाही अशी कमतरता बघातात, की ज्याच्यावर आपलं प्रत्यक्ष नियंत्रण नसतं. कितीही उपाय केलेत, प्रयत्न केलेत तरी काही कमतरता आपण दूर करू शकत नाही. यासारखेच दुसरे उदाहरण उंचीचेही घेता येईल. आपण याबाबतीत काय करू शकतो? जे आहे ते आपण स्वीकारा. कारण हे परमेश्वराने, निसर्गानेच आपल्याला दिले आहे. आपण आपला रंग बदलू शकतो का? आपले जन्मस्थान आपण बदलू शकतो का? आपले जन्मदाते आई-वडील आपण बदलू शकतो का? परत आपण लक्षात घेऊ या, की आयुष्यातील अनेक गोष्टी आपल्या नियंत्रणाबाहेत आहेत. मग त्या आहेत तशाच आपण स्वीकारायला नकोत का?

आपल्यातील काही कमतरता जसे की, आपल्या सवयी, आपलं वागणं, वृत्ती, दृष्टिकोन या गोष्टींचं, कमतरतांचं रूपांतर आपण ताकदीत करू शकतो. या सर्वांचा उपयोग आपल्या प्रगतीसाठी संधी म्हणून करू शकतो. तेव्हा परमेश्वराला प्रार्थनाच करायची असेल, तर अशी करा, की हे परमेश्वरा! मी जे बदलू शकतो ते बदलण्याचे धैर्य मला दे. मी जे बदलू शकत नाही ते सहन करण्याची ताकद मला दे आणि या दोघातील फरक समजण्याचे शहाणपण मला दे.

पुढे एकदा भेटल्यावर बापट मला म्हणाले- आपण दिलेल्या सल्ल्यानंतर जेव्हा माझी माणसं मला टकलू म्हणतात तेव्हा मी त्यांच्याकडे बघून हसतो आणि कामाला लागतो. त्यानंतर आता तर त्या माणसांनी मला टकल्या म्हणणे सोडूनच दिलं आहे.

मनाचा मोठेपणा हे भावनिक परिपक्वतेचे लक्षण आहे. मनाचा मोठेपणा म्हणजे आपणहून विचारपूर्वक आणि इतरांच्या भावना लक्षात घेऊन वागणे. अशा विचाराने माणूस जीवनाची समृद्धी अनुभवतो.

दुसऱ्यांच्या भावनांची कदर करा. दुसऱ्यांच्या भावनांबद्दल संवेदनक्षम राहा. दुसऱ्या माणसांच्या भावना न दुखावता आपल्याला जे सांगायचं आहे ते सांगण्याची क्षमता म्हणजे धोरणीपणा. कोणत्याही नातेसंबंधात खुबीने, शहाणपणाने आणि धोरणीपणाने वागणं फार महत्त्वाचे असते.

# ९

## ठाम व्हा! व्यक्तिमत्त्व खुलवा !! उजळवा!!!

(ठामपणा या गुणाचा उत्तम उपयोग करता आला, तर आपल्या व्यक्तिमत्त्वातील प्रत्येक पैलूला एक आगळा-वेगळा सुगंध लाभतो. ठामपणामुळे आपले काम, आपले आपापसातील संबंध, आपल्या हालचाली, आपले वागणे आणि आपला पोशाख सर्वच आकर्षक बनते.)

उत्तम व्यक्तिमत्त्वासाठी अत्यंत आवश्यक आणि महत्त्वाचा गुण म्हणजे ठामपणा. या गुणाचा उपयोग करून आपल्या गरजा, आपल्या भावना आपल्याला इतरांबरोबर विधायकपणे आणि मोकळ्या मनाने व्यक्त करता येतात. पर्यायाने आपला आत्मविश्वास आणि आत्मप्रतिष्ठा उंचावते. यशाकडे जाण्याचा मार्ग स्पष्ट दिसू लागतो. आपले आरोग्य सुधारते. आपल्या मनावर अकारण असणारे ताणतणाव कमी होतात. कामासाठी लागणारी ऊर्जा उपलब्ध होते. आपल्या वागण्यात सकारात्मकता येते. माणसाच्या वागण्याचा ठामपणा, तटस्थता/निष्क्रियता आणि आक्रमकता अशा तीन पद्धती आहेत. वागण्याच्या या पद्धतींच्या उपयोगाने आपल्या व्यक्तिमत्त्वाला आकार येत असतो. आपण अपेक्षित यशाकडे वाटचाल करू लागतो. आता आपण या तीन पद्धतींची माहिती विस्ताराने घेऊया.

### १) ठामपणा

ठामपणा म्हणजे माणसातील अशी क्षमता, की जिच्यामुळे तो आपल्या गरजा, भावना, मत, श्रद्धा आणि विश्वास मोकळ्या मनाने आणि प्रामाणिकपणे म्हणजे कोणताही आडपडदा न ठेवता, इतरांच्या हक्कावर गदा न आणता स्वच्छपणे व्यक्त करू शकतो. मांडू शकतो.

ठामपणे वागताना किंवा संवाद साधताना आपण इतरांशी सरळ आणि प्रत्यक्ष संवाद साधतो. आपले शरीर ताठ आणि लवचिक राहते. नजरेला नजर देऊन संवाद साधला जातो. आवाजात आत्मविश्वास प्रतिबिंबित होतो. आपल्या बोलण्यात स्पष्टता असते. आपल्याकडून इतरांचे बोलणेदेखील काळजीपूर्वक ऐकले जाते. त्यांना समजावून घेतले जाते. आपल्याला जे हवे आहे, ते नेहमी मिळेलच असे नाही; परंतु ठामपणा असणाऱ्या व्यक्तींना याची जाणीव असते, की योग्य तडजोड आणि दोघांचाही विजय किंवा समाधान होणे अशी परिस्थिती दूरगामी फायद्यासाठी आणि संवादासाठी योग्य असते. कठीण प्रसंग ओढवला तरी दोघांचेही समाधान होईल असा उत्तम मार्ग यातून काढता येतो. ठामपणा अंगी असणाऱ्या व्यक्तींना हे चांगलेच माहीत असते. त्यावर त्यांचा विश्वास असतो. असा उत्तम मार्ग काढण्याची जबाबदारी घ्यायला ते तयारदेखील असतात. ठाम व्यक्तीच्या सहवासात आल्यावर सुरुवातीला जरा दबल्यासारखे वाटते; पण नंतर आक्रमकता आणि ठामपणा यातील फरक समजायला लागतो आणि त्याचे दूरगामी चांगले परिणामदेखील लक्षात यायला लागतात.

ठामपणासाठी आवश्यक गुण असावा लागतो तो म्हणजे आत्मविश्वास! व आत्मविश्वास तेव्हाच येतो, जेव्हा त्याला भक्कम कामगिरीचे पाठबळ असते. चांगल्या कामगिरीशिवाय बळेबळे ठामपणा आणणे म्हणजे उसने अवसान आणणे होय व त्यामुळे तोंडघशी पडण्याचीच शक्यता जास्त! त्यामुळेच आजच्या तरुण पिढीला किंवा कोणालाही स्वतःच्या बलस्थानाची पूर्णपणे आणि त्याचबरोबर आपल्यामधील वैगुण्यांची कल्पना असणे आवश्यक आहे. अर्थातच, आपल्याकडे क्षमता असूनदेखील केवळ आत्मविश्वासाअभावी माणूस जीवनात मागे राहतो. त्यामुळेच आपण अंगी ठामपणा बाणावणे जरुरीचे आहे.

## २) तटस्थता आणि निष्क्रियता

तटस्थता आणि निष्क्रियता ही माणसातील अशी स्वभाववैशिष्ट्ये आहेत, की ज्यामुळे माणसे समस्यांना आणि माणसांना प्रत्यक्ष सामोरे जाणे, त्यांचा सामना करणे टाळतात. वादळाशी सामना करण्याचे धाडस, साहस आणि क्षमता अशा माणसांमध्ये नसते. घडणाऱ्या गोष्टी फक्त सहन करणे अशीच त्यांची मानसिकता असते.

निष्क्रिय वागण्यात किंवा संवादात ऊर्जेची पातळी खूपच खालच्या स्तरावर असते. डोळ्याच्या पापण्या खाली झुकलेल्या असतात. ते संवाद साधताना नजरेला नजर देत नाहीत. आवाजाची पातळीसुद्धा खूप खालची असते. त्यांच्यातील आत्मविश्वासाचा अभाव स्पष्टपणे जाणवतो. अर्थातच, अशा माणसांपासून थोडे सावधच असायला पाहिजे. आपल्याला फारच गृहीत धरले जात आहे, अशी जाणीव

झाल्यास अशी माणसे कधीतरी आक्रमकदेखील होतात, रागावतात. सर्वसाधारण अशा माणसांच्या प्रतिक्रिया मला माहीत नाही, आपल्याला हवे तसे मी करेन, माझ्यामुळे काय फरक पडतो, अशाच असतात. अशा व्यक्तींमध्ये काम न करणे आणि निर्णय न घेणे अशा प्रवृत्ती आढळतात. लोकांच्या भीतीमुळे अशी माणसे आपल्या हक्कासाठी ठामपणे उभे राहू शकत नाही.

निष्क्रियतेमुळे चांगल्या होतकरू व गुणवंत माणसांच्या प्रगतीमध्ये अडथळा येऊ शकतो. बुजरा स्वभाव व आपल्या स्वत:बद्दल वाटणारा कमीपणा किंवा न्यूनगंड याला कारणीभूत असतो. गरीब आणि होतकरू मुले यामुळेच मागे राहतात. यासाठी आजूबाजूचे वातावरणसुद्धा पोषक असणे आवश्यक ठरते. म्हणून आजूबाजूच्या व्यक्तींनी आणि समाजानेदेखील असे पोषक, प्रोत्साहक वातावरण निर्माण करणे योग्य ठरते. हुशारीचा शोध हा त्याकरिता एक उत्तम उपाय होऊ शकतो.

## ३) आक्रमकता

अशी माणसे इतरांच्या गरजांची, कल्पनांची आणि भावनांची तमा बाळगत नाहीत. आपल्या स्वतःच्या गरजा, कल्पना आणि भावनांनाच प्राधान्य देण्याचा त्यांचा स्वभाव असतो.

आक्रमक माणसांच्या ऊर्जेची पातळी नेहमीच वरच्या स्तरावर असते. शरीराच्या हालचाली आणि हावभाव घमेंडखोर असतात. अशी माणसं चट्‌कन हमरीतुमरीवर येतात. त्यांच्या आवाजाची पट्टी प्रचंड वरच्या पातळीची असते. कटाक्ष जळजळीत असतात. अशी माणसे इतरांचे बोलणे मध्येच तोडतात. इतरांच्या गरजांची, कल्पनांची आणि भावनांची दखलदेखील घेण्याचे कष्ट ते घेत नाहीत. अशा आक्रमक माणसांपुढे इतरांना घाबरल्यासारखे, बुजल्यासारखे वाटते. अशा माणसांशी कोणत्याही प्रकारचा संवाद साधणे सर्वसाधारण माणसास नकोसे वाटते, अवघड जाते.

आक्रमकता हा आजकाल आवश्यक असणारा सद्‌गुण समजला जातो. पण केवळ बळ आणि क्षमता नसताना आक्रमक स्वभाव असणे हा दुर्गुणच! काही दिवसांनी सवयीने आक्रमकता हा स्वभावच बनतो. तो शेवटी आपल्या कामगिरीला घातकच ठरतो. त्यामुळे आपले मित्र, सहकारी आपल्यापासून दुरावतात आणि माणूस आत्मकेंद्री बनतो. त्यानंतर यशसुद्धा दुरावते. ठरवून केलेली व्यूहात्मक आक्रमकता ही मात्र आवश्यक ठरते व ती यशासाठी पूरक असते. आक्रमकता यशस्वी होण्यासाठी स्वतःचा आणि परिस्थितीचा (त्यामध्ये आपले सहकारी, मित्र व तथाकथित शत्रूदेखील येतात) योग्य अंदाज येणे आवश्यक आहे.

# ४) योग्य निवड हेच खरे कौशल्य

वागण्याच्या आणि बोलण्याच्या तीनही पद्धतींत ठामपणा हा अधिक चांगला, अधिक उपयुक्त असला तरीदेखील प्रसंगानुरूप इतर दोन्ही पद्धतींचाही वापर करण्याची गरज भासते. प्रसंगानुरूप आणि यात असलेल्या व्यक्तींच्या स्वभावानुसार उपयुक्त पद्धतीचा उपयोग करणे आपल्यासाठी योग्य आणि अपेक्षित परिणाम देणारे ठरते. आपण काम करीत असणाऱ्या एखाद्या कार्यगटातील एखादा आक्रमक माणूस गटाचा उपयुक्त भागदेखील ठरू शकतो. तसेच काही नाजूक प्रसंगी तटस्थ सभासदांचादेखील चांगला उपयोग करून घेता येतो. संबंधित माणसांचे हेतू कसे आहेत, यावर आपली निवड करणे परिणामकारक ठरते. योग्य प्रसंगी योग्य वागणूक ठेवणे यातच खरे कौशल्य आहे, म्हणून सर्व पद्धती आणि संबंधितांवर त्यांचे होणारे परिणाम या गोष्टींचा नीट अभ्यास करून, त्या नीट समजावून घेऊन त्यांच्या वापराचा सराव होणे फार गरजेचे आहे आणि यासाठी मात्र योग्य नेतृत्वाची खूप आवश्यकता असते.

ठामपणा हा खूपच उपयुक्त आणि परिणामकारक असला, तरीदेखील याचा वापर करणे हे काही उपजत असणारे कौशल्य नाही. स्वप्रयत्नाने ते मिळवावे लागते. व्यवस्थापक किंवा नेत्यांकडे हा ठामपणा नसला, तर इतर सर्व गुण असूनदेखील त्यांचा त्यांच्या संघाला, गटाला निश्चित ध्येय गाठणे अवघड जाते. ठामपणा मिळविण्यासाठी माणसात काही मूलभूत गोष्टींची आवश्यकता असते. त्या अशा –

- व्यवस्थापक अथवा नेता म्हणून आपल्या कामात पुढाकार घेणे.
- वागताना काय महत्त्वाचे आहे? आणि ते का महत्त्वाचे आहे? यावर आपली अतूट श्रद्धा असायला हवी.
- आपल्या गरजा, भावना आणि आपली आवड-निवड ही इतरांना धमक्या न देता, आक्रमक न बनता स्वच्छ आणि स्पष्ट शब्दांत व्यक्त करता येणे शक्य आहे यावर आपला विश्वास, श्रद्धा असायला हवी.

आता वागण्याच्या या तीनही पद्धती किंवा कौशल्ये आपण कशी आत्मसात करावयाची, हे थोडक्यात पाहणे उपयुक्त होईल.

काही माणसं इतरांची स्तुती करताना खूप मोकळे किंवा सढळ नसतात, तर काही माणसांना दुसऱ्याने केलेली मागणी नाकारणे जमत नाही. तसे करणे, इतरांच्या अशा मागण्यांची योग्य-अयोग्यता ठरविणे त्यांना खूप जड जाते. काही माणसे अशी असतात, की त्यांना दुसऱ्याची प्रत्यक्ष मदत मागताना खूप अवघडल्यासारखे होते,

तर काही माणसे आपल्याला हव्या असणाऱ्या गोष्टी हक्काने आणि अधिकाराने मागतात. काहींना दुसऱ्यासमोर आपलं अज्ञान कबूल करणे कठीण जाते. किंबहुना इतरांना स्पष्ट कळत असतानादेखील काही माणसं आपले अज्ञान झाकण्याचा केविलवाणा प्रयत्न करताना दिसतात. माणसांच्या अशा वागण्याचा अभ्यास केला, तर असे जाणवते की, अशी माणसे एका बाजूला संपूर्ण आत्मसर्पणापासून टोकाच्या आक्रमकतेपर्यंत पोहचतात, म्हणूनच अशा परिस्थितीत सर्वसाधारण वागताना मध्यम मार्ग निवडणे जास्त उपकारक ठरते.

## ५) आपल्यातील 'मी' मारू नका

आपल्यातील मुलगा किंवा मुलगी एक सुज्ञ नागरिक व्हावा, असा प्रत्येक आई-वडिलाचा अट्टहास असतो आणि त्यामुळे मुलांच्या आतला 'मी' ते सतत मारत असतात. याबाबत थोडा अधिक विचार केला, तर असे जाणवते की, लहानपणी आपल्यावर (मुलांवर) झालेले संस्कार याला जबाबदार असले पाहिजेत. असे वागू नाकोस, तसे वागू नकोस अशा सततच्या आज्ञांमुळे मुलांमधील स्वाभाविक, खऱ्या आणि उत्स्फूर्त भावना मारल्या जातात आणि पुढे त्या मारायची जणू त्यांना सवयच होते. त्यामुळे त्यांचे स्वाभाविक वागणे मरून जाते आणि त्यांना समर्पणाची सवय जडते.

अशी मुले पुढे सामाजिक मान्यतेसाठी धडपडतात. आपल्या आयुष्यातील गतकाळाचा मागोवा घेतल्यास याची जाणीव आपल्याला होऊ लागते. मुलांनी रागराग करू नये, अशी अपेक्षा मोठी माणसे सतत आपल्या मुलांकडून करीत असतात. त्यामुळे आपला राग, आपल्या भावना किंवा आपण दुखावलो गेलो आहोत या गोष्टी सार्वजनिक ठिकाणी दाखवू नयेत, असा दबाव मुलांवर येतो; आणि त्यामुळे या दबलेल्या भावनांचा परिणाम मोठेपणीदेखील त्यांच्या दृष्टिकोनांवर, मनोवृत्तीवर होतो. मुलांचे मन अवास्तव तार्किक होते.

स्वार्थीपणा हा वाईटच आहे, असे मुलांच्या कानी-कपाळी सतत आदळले जाते. पालक आपली मुले देवदूतच व्हावीत, असा प्रयत्न नेहमीच करीत असतात. त्यामुळे मुलं आपल्या भावना, मन मारून स्वार्थत्याग करायला शिकतात. इतकेच नाही, तर त्यांच्यात इतका विनय, इतकी नम्रता येते, की कोणी केलेली स्तुतीदेखील खुल्या मनाने स्वीकारणे ते नाकारतात. इतकी ती अकालीच प्रौढ होतात. काही वेळेला अशी मुले म्हणजे अगदी परिपूर्ण, परिपक्व माणसेच आहेत, असे समजून त्यांच्यावर टीकादेखील केली जाते. संस्कृतीच्या नावाखाली मुलांना अनाठायी त्याग करण्याची शिकवण दिली जाते. आपल्या हक्कांपेक्षा सेवा करणं अधिक

महात्त्वाचं आहे, याचीदेखील शिकवण दिली जाते. त्यामुळे काही गोष्टींना नकार देण्याचा आपल्याला हक्क, अधिकारच नाही, असा समज मुले करून घेतात. अशा संस्कारांमुळे वागण्यात नेमकेपणा न येता सर्वसाधारण मतेच त्यांचा ताबा घेतात आणि त्यावरच त्यांच्या प्रतिक्रियादेखील तयार होऊ लागतात. त्यांच्या नैसर्गिक प्रवृत्ती दाबल्या, मारल्या जातात. आपण याबाबतीत थोडे आत्मपरीक्षण केले, तर आपण जसे वागतो आहोत, त्याची कारणे स्पष्ट होतील आणि एकदा का अशी स्पष्ट जाणीव आपल्याला झाली आणि त्यात बदल करण्याचे आपण ठरवले, तर हळूहळू आपल्या प्रतिक्रियादेखील बदलू लागतील. बालपणीच्या चुकीच्या आणि अनैसर्गिक संस्कारातून आपण बाहेर पडू शकू. आत्मसन्मानाला धक्का न लागता आपले वागणे स्वाभाविक आणि उत्स्फूर्त व्हायला लागेल आणि आपल्या व्यक्तिमत्त्वाला निखार येईल, ते उजळू लागेल.

आपल्या वागण्यात सुधारणा करण्याची पहिली पायरी अशी आहे, की आपली सर्वसाधारण वागण्याची पद्धत कोणती आहे, ती प्रथम आपण ओळखली, जाणून घेतलेली पाहिजे. त्यासाठी आपल्याला खालील चाचणीचा उपयोग होईल.

चाचणी : आपली वागण्याची किंवा बोलण्याची पद्धत ओळखण्यासाठी खाली दिलेल्या परिस्थितीत आपण कसे वागता, याचा अंदाज घ्या. याची उत्तरे देताना स्वतःशी प्रमाणिक राहा. या परिस्थितीत आपण कसे वागाल?, आपल्या प्रतिक्रिया काय असतील? हे ठरवा. आपल्या उत्तरासाठी फार विचार करीत बसू नका. विचार करून दिलेली उत्तरे खरी नसतात, तर ती आदर्श असतात. म्हणून सत्य जाणण्यासाठी उत्तरे उत्स्फूर्त हवीत.

**१) आपण एखाद्या उपाहारगृहात आहात. आपण मध्यम तिखट पनीर टिक्काची मागणी केली. ती मागणी वेटरने कशी पूर्ण केली, यावर आपण काय प्रतिक्रिया देता?**

अ) ती डिश आपण कोणतीही टिप्पणी न करता स्वीकाराल? कारण त्याआधी तेथील डिश आपल्याला आवडली होती.

ब) ती डिश परत कराल आणि मॅनेजरला बोलावून, आपल्याला मिळालेल्या सेवेबद्दल तक्रार कराल?.

• आपण वेटरला बोलावून सांगाल की, आपण मध्यम तिखट पनीर टिक्का मागितला होता. ही डिश परत घेऊन जा आणि मी मागितला होता तसा टिक्का तयार करून आण, असा आग्रह धराल?.

२) आपण ग्राहक म्हणून गर्दीच्या वेळी जेवणासाठी रांगेत उभे राहता. अचानक एक वृद्ध महिला येते आणि घाई आहे असे भासवीत पुढे घुसते. यावर आपण....

अ) तिला पुढे जाऊ द्याल?.

ब) तिला पकडून चढ्या आवाजात धमकावून रांगेबाहेर काढाल आणि रांगेत शेवटी उभ्या राहा असे सांगाल?.

क) आम्ही सर्वच घाईत आहोत आणि म्हणून व्यवस्थित रांगेत उभे आहोत, असे शांतपणे सांगून त्यांची योग्य जागा त्यांना दाखवून द्याल?.

३) आपण दुकानातून काही खरेदी करून बाहेर पडता. थोड्या वेळाने लक्षात येते, की आपल्याला परत मिळालेल्या पैशात तीन रुपये कमी आहेत, यावर आपण...

अ) ही गोष्ट सोडून द्याल, कारण आपण दुकानाच्या बाहेर आलेले असता. आपल्याला पैसे कमी दिले गेले याचा कोणताही पुरावा आपल्याजवळ नसतो. प्रश्न केवळ तीन रुपयांचाच असतो.

ब) व्यवस्थापकाकडे जाऊन आपल्या सेवकाने माझी तीन रुपयांची फसवणूक केली आहे म्हणून हुज्जत घालून पैशाची मागणी कराल?.

क) सेवकाकडे परत जाऊन त्याच्या चुकीबद्दल त्याला नीट समजावून सांगाल?.

४) आपण एखाद्या गटात चर्चा करीत आहात. त्यात आपले वरिष्ठ अधिकारीदेखील आहेत. आपला सहकारी आपल्याला कामाबद्दल प्रश्न विचारतो आणि त्याचे उत्तर आपल्याकडे नसते. तेव्हा आपण....

अ) आपण आपल्या सहकाऱ्याला चपखल थाप माराल, की ज्यामुळे तुम्ही बरोबर आहात, असे आपल्या वरिष्ठांना वाटेल?.

ब) आपण उत्तर देत नाही किंवा आता मला उत्तर देता येणार नाही, अशी प्रतिक्रिया आपण त्याच्या तोंडावर फेकाल?

क) आपण आपल्या सहकाऱ्याला सौम्य भाषेत सांगाल की, आता माझ्याकडे या प्रश्नाचे उत्तर नाही; परंतु नंतर मी तुम्हाला ही माहिती देईन.

५) आपण दूरचित्रवाणीवर आपला आवडता कार्यक्रम बघण्यात दंग आहात. तेव्हढ्यात आपला सहकारी एखाद्या कमी महत्त्वाच्या गोष्टीची मागणी

करतो. ती मागणी पुरविण्यासाठी आपल्याला दूरचित्रवाणीवरील कार्यक्रमाला मुकावे लागणार असते. अशावेळी आपण...

अ) आपण सहकाऱ्याला पटकन मदत करून उरलेला कार्यक्रम बघण्यासाठी परत याल?

ब) मला आता येणे अशक्य आहे, तू मला अगोदर सांगायला हवे होते, असे सांगून कार्यक्रम बघत बसणार?

क) आपण म्हणाल, अरे! हा कार्यक्रम संपेपर्यंत तुला थांबता येईल का? आणि नंतर येण्याची विनंती कराल?

६) एखादा मित्र अचानक आपल्या कार्यालयात येतो. नमस्कार केल्यानंतर वेळकाढू गप्पांना सुरुवात करतो. बराच वेळ तुमच्याबरोबर थांबतो. त्यामुळे तुमच्या हातातील महत्त्वाचे काम रेंगाळते. आपल्या उपस्थितीमुळे अडथळा येतो आहे हे मात्र त्या मित्राच्या ध्यानातही नसते. अशावेळी.....

अ) मित्राचे निरर्थक गप्पा मारणे आणि वेळ काढणे आपण सहन कराल? कारण आपल्याला मित्राला दुखवायचे नसते. नंतर कार्यालयात जास्त वेळ थांबून आपण ते काम पूर्ण कराल?

ब) मित्रा, आता मला अजिबात वेळ नाही, तेव्हा तू आता जा, असे सांगाल?

क) आपल्या कामाची गरज त्याला समजावून सांगाल? आणि नंतर परत येण्याची विनंती कराल?

७) आपला सहकारी त्याच्या कामात सतत तुमची मदत घेत असतो. एकदा तुम्ही स्वतःच्याच कामात अगदी व्यग्र असताना तो नेहमीप्रमाणे त्याचे काम आणून टाकतो. त्यावर आपण...

अ) राहू दे, आता मला वेळ नाही, जमेल तेव्हा मी करेन, असे म्हणाल?

ब) मला कंटाळा आला आहे, तुझे हे काम मी अजिबात करणार नाही, असे म्हणाल?

क) अरे, असे स्वतःचे काम सतत माझ्याकडून करून घेणे बरे नाही. आता ते तुझे तुलाच करायला शिकले पाहिजे, असे सांगाल?

## चाचणीचा निष्कर्ष

वरील चाचणीतील **अ** ही उत्तरे आपली तटस्थता किंवा निष्क्रियता दाखवितात, **ब** आक्रमकता आणि **क** ठामपणा दाखवितात. आपल्या निवडीत अ अक्षरे जास्त असतील, तर आपल्या स्वभावात तटस्थता आहे. आपल्या निवडीत **ब** अक्षरे जास्त असतील तर आपल्या स्वभावात आक्रमकता आहे आणि आपल्या निवडीत **क** अक्षरे जास्त असतील, तर आपल्या स्वभावात ठामपणा आहे समजावे. या चाचणीचा निष्कर्ष लक्षात घ्या आणि आपल्या भवितव्याकडे ठामपणे पावले टाकायला सुरुवात करा.

## १०

# चिंतामुक्त जगण्यासाठी

## काळजीबद्दलच्या मूलभूत गोष्टी

- आपल्याला चिंतामुक्त जगायचे असल्यास फक्त दररोजच्या चौकटीत जगायला शिका. भविष्याची चिंता करू नका. भूतकाळात घडलेल्या गोष्टींबद्दल पश्चात्ताप करू नका. कारण या गोष्टी नकारात्मक ऊर्जा निर्माण करतात. चिंता आणि चिता यात फक्त एका अनुस्वाराचाच फरक आहे. केवळ वर्तमानात काय घडते त्याच्यावरच लक्ष आणि ऊर्जा केंद्रित करा. आयुष्य टप्प्याटप्प्याने जगायला शिका.

- एका थोर विचारवंताने सुचविलेल्या जादुई सूत्राचा उपयोग करा.
  - १) मी माझ्यासमोरची समस्या सोडवू शकलो नाही, तर वाईटातील वाईट काय होणार आहे, याचा विचार करा.
  - २) गरज वाटल्यास त्या वाईटाचा संपूर्ण स्वीकार करा.
  - ३) मग शांतपणे बसून आपण स्वीकारलेल्या त्या वाईट गोष्टीत काय आणि कशी सुधारणा करता येईल, याचा विचार करून योग्य ती कृती करा.

- काळजी करण्यात आपण मोजत असलेल्या अवाजवी किमतीचा विचार करा. आपल्या शरीराची अकारण होणारी हानी टाळा. जे काळजी टाळू शकत नाहीत ते अकाली मरतात–

## काळजीचे पृथक्करण करण्याची मूलभूत तंत्रे

- कोलंबिया विद्यापीठातील एका आभ्यासपाहणीतून असा निष्कर्ष काढला गेला आहे, की जगातली अर्धी काळजी माणसे निर्णय घेण्याची घाई करतात

म्हणून निर्माण होते, तर अर्धी काळजी ही माणसे आपण अर्धवट मिळविलेल्या ज्ञानावर निर्णय घेतात म्हणून निर्माण होते

- सर्व बाजूंनी माहिती गोळा करून, सारासार विचार करून निर्णय घ्या.
- एकदा काळजीपूर्वक घेतलेल्या निर्णयावर अंमलबजावणी करण्यास सुरुवात करा. अंमलबजावणीतच स्वत:ला पूर्णपणे झोकून द्या. आता त्याच्या परिणामांची अवास्तव उत्कंठा, धास्ती आणि चिंता सोडा.
- आपल्याला जेव्हा चिंता, उत्कंठा, धास्ती ग्रासते, घेरून टाकते तेव्हा खालील प्रश्नांची उत्तरे लिहून काढा.

  १) समस्या, अडचण काय आहे?.

  २) समस्येचे कारण काय आहे?

  ३) समस्या सोडविण्यासाठी कोणकोणते पर्याय उपलब्ध आहेत?

  ४) त्या पर्यायांत सर्वांत कोणता उपाय योग्य आहे?

## आपला नाश होण्याआधी चिंतेचा नाश कसा करावा

- आपल्या मनाला इतर कामात गुंतवून काळजीला पळवून लावता येते. एका जगप्रसिद्ध मानसशास्त्रज्ञाचा सल्ला आहे, की 'आपल्याला प्रचंड कामात गुंतवून घ्या. हा चिंतामुक्त होण्याचा सर्वांत उत्तम मार्ग आहे.' क्षुद्र गोष्टींच्या काळजीने जीवनातील गुंता वाढवू नका. छोट्याशा काळजीने आपले आनंदाचे आयुष्य बरबाद करून घेऊ नका.
- जे टाळता येण्यासारखे नाही त्याच्याशी तडजोड करायला शिका. जेव्हा गोष्टी आपल्या हाताबाहेरच्या आहेत असे वाटते, तेव्हा स्वत:शीच म्हणा की, यापेक्षा वेगळे घडणे अशक्यच आहे.
- आपल्या सर्व चिंता थांबवा. कोणत्याही कळकळीची मर्यादा ठरवा आणि तिला त्या हद्दीबाहेर जाऊ देऊ नका
- भूतकाळ संपला आहे. त्याबद्दल चिंता करणे व्यर्थ आहे.
- आपली चिंता घालविण्यासाठी एका सर्वसाधारण नियमाचा वापर करा तो असा- सर्व शक्तीचा वापर करून जे बदलणे शक्य आहे ते बदला. जे बदलता येणार नाही ते सहन करण्याची शक्ती मिळवा आणि या दोघातील फरक समजण्याचे शहाणपण अंगी आणा.

## आनंद आणि शांती देणारी मनोवृत्ती निर्माण करणाऱ्या गोष्टी

- शांती, धैर्य आणि आशा यांनी आपले मन काठोकाठ भरून घ्या. कारण आपले आयुष्य हे आपल्या विचारांचे प्रतिबिंब असते.

- आपल्या शत्रूशीदेखील सुडाची भावना ठेवू नका. कारण असे केल्याने आपण त्याच्याहूनही आपले स्वत:चेच जादा नुकसान करून घेत असतो. आपल्या नावडत्या माणसांबद्दल विचार करण्यात वेळ वाया घालू नका. तो काळाचा आणि ऊर्जेचा अपव्यय आहे.

- कृतघ्न माणसांबद्दल काळजी करण्यापेक्षा कृतघ्नता गृहीतच धरा. परमेश्वर इतक्या माणसांची काळजी घेतो, पण त्यातील किती माणसे त्याला धन्यवाद देतात? मग आपण तर माणूसच आहोत नाही का?

- कृतज्ञतेची अपेक्षा करण्यापेक्षा बिनशर्त देणं, केवळ देण्याचा आनंद मिळवण्यासाठीच देणं किती आनंददायी असतं याचा अनुभव घ्या.

- लक्षात घ्या, कृतज्ञता हा तर एक जोपासलेला गुण आहे. तेव्हा आपल्या मुलांमध्ये हा गुण हवा असल्यास त्यांना तसे प्रशिक्षण द्या.

- आपल्या वाट्याला आलेल्या भोगांचा नाही, तर आपल्या वाट्याला आलेल्या वरदानांचा हिशेब ठेवा.

- दुसऱ्याची नक्कल करू नका. आपल्यातील 'स्व:' चा शोध घ्या आणि त्याप्रमाणे वागा. द्वेष करणे हे अज्ञान आहे, तर नक्कल करणे ही आत्महत्या आहे.

- जेव्हा परमेश्वर आपल्याला लिंबू देतो तेव्हा आपल्याला त्यापासून सरबत तयार करता येते.

- आपल्या दु:खाचा विसर पाडण्याचा सर्वांत उत्तम उपाय म्हणजे- थोडे का होईना परंतु इतरांना सुख देण्याचा प्रयत्न करा. जेव्हा आपण इतरांचे भले करतो तेव्हा आपल्यातील सर्वोत्तमाचा अविष्कार होत असतो.

- 'प्रार्थना' हा चिंतामुक्त होण्याचा जगातील सर्वांत सोपा आणि उत्तम उपाय आहे.

## टीकेच्या काळजीपासून मुक्त कसे राहावे

- अनाठायी टीका बहुदा निराशेतून जन्मलेली स्तुती किंवा वाहवा असते. याचा अर्थ आपण टीकाकाराच्या मनात मत्सर आणि हेवा निर्माण केला, असा होतो. लक्षात ठेवा- मेलेल्या कुत्र्याला कोणीही लाथा मारीत नाहीत.

- आपलं काम सर्वोत्तम पद्धतीने करा. त्यानंतर टीकेपासून संरक्षण करणारे आपले कवच परिधान करा. त्यानंतर आपल्या पाठीमागे खुशाल टीका होऊ द्या.
- आपल्या हातून घडलेल्या चुकांची नोंद ठेवा. त्याबद्दल आपण आपल्यालाच दोष द्या. आपण काही परमेश्वराचं परिपूर्ण उत्पादन नाही, हे लक्षात ठेवा. तटस्थ, उपयुक्त आणि विधायक टीकेचा स्वीकार करा. त्यामुळेच आपल्यात खरी सुधारणा होणार आहे.

## आपले चैतन्य आणि शक्ती अबाधित ठेवण्यासाठी (आपली दमछाक आणि काळजी टाळून)

- थकण्यापूर्वीच विश्रांती घ्या.
- सहज आणि आरामात काम करण्यास शिका.
- घरातही आरामात राहायला शिका.

  उत्तम काम करण्यासाठी खालील सवयींचा वापर करा

  १) आपल्या टेबलवर हातात असलेल्या कामासंबंधीचीच कागदपत्रे ठेवा.

  २) कामाच्या महत्त्वाप्रमाणेच कामे हातावेगळी करा (प्राधान्यक्रम ठरवा)

  ३) समस्या निर्माण होताच ती ताबडतोब सोडविण्याचा प्रयत्न करा. मात्र, निर्णय घेण्यासाठी लागणारी सर्व माहिती जवळ असल्याची खात्री करून घ्या.

  ४) कामाचे व्यवस्थित नियोजन करा. चांगल्या पद्धतीने कामे वाटून घ्या आणि कामावर योग्य देखरेख करा.

- कामात प्रचंड उत्साह ओता म्हणजे काळजी आणि थकवा दूर राहील.
- लक्षात ठेवा- झोपेअभावी कोणीही मेलेला नाही; परंतु निद्रानाशाच्या काळजीमुळे इजा होते, निद्रेअभावी नाही.

## ११

# यशापर्यंत पोहचण्याच्या सहा क्षमता

निवडलेल्या क्षेत्रात उच्चतम स्थानी पोहचावे, असे प्रत्येकाच्या मनात असते. काहींना मात्र अशा वाटचालीत अनंत अडचणींचा सामना करावा लागतो. काही अंगभूत कौशल्ये आपल्याला यशापर्यंत पोहचविण्यास सक्षम असतात. या कौशल्यांची जोपासना केल्यास यश दूर नसते.

आपण नेहमी आपल्यापेक्षा जास्त उत्पादक माणसांकडे पाहत असतो. आपल्यापेक्षा त्यांच्याकडे काय जास्त आहे किंवा कोणत्या न दिसणाऱ्या गुणवत्ता आहेत, की त्यामुळे ते त्यांच्या उद्दिष्टांकडे अधिक वेगाने वाटचाल करताहेत, याचा विचार आपल्या मनात नेहमी येत असतो. याचा विचार करताना काही कौशल्ये समोर दिसतात ....

## १) बोलण्याची क्षमता

यशस्वी होण्यासाठी बोलण्याच्या माध्यमातून संवाद साधण्याचे कौशल्य अत्यंत महत्त्वाचे आहे. आयुष्यात विविध थरांमध्ये यशस्वी ठरलेल्या व्यक्तींचा अभ्यास केल्यास असे दिसते, की आपले विचार, आपल्या कल्पना ही माणसे दुसऱ्याला प्रभावीपणे सांगू शकतात. म्हणजेच माणसाच्या व्यक्तिमत्त्व विकासात बोलण्याची कला फार महत्त्वाची आहे. बोलताना अनेकांच्या डोळ्यात पाहणे, समृद्ध शब्दसंग्रह, भाषा आणि श्रोत्यांच्या भाषेत बोलणे या गोष्टी उपयुक्त ठरतात. चांगल्या वक्त्यांची लोक नेहमीच दखल घेतात आणि अशी माणसे लोकांच्या लक्षातही राहतात.

## २) निर्णयक्षमता

निर्णय न घेणे हे तर चुकीचा निर्णय घेण्यापेक्षाही वाईट असते. कारण चुकीचा निर्णय लक्षात आला, तर कृतीत बदल करून घेतलेला निर्णय दुरुस्त करता येतो. अचूक निर्णय घेण्याची क्षमता सगळ्याच चांगल्या नेत्यांमध्ये असतेच. किंबहुना ती तशी त्यांनी विकसित केली असते, असे म्हणणे योग्य होईल. प्रत्येक निर्णयाचा काय परिणाम होऊ शकतो, याचा विचार निर्णय घेण्याआधी करणे आवश्यक आहे. निर्णयाचे काय परिणाम होतील, याचा अभ्यास केल्यास योग्य निर्णय घेण्याची क्षमता निर्माण करू शकतो. अगदी सुरक्षितच पावले टाकण्याची गरज नाही. प्रगती करायची असेल तर धोके पत्करणे अपरिहार्य आहे. धोके असतानाही योग्य निर्णय घेणारे आदरास पात्र ठरतात. अशाप्रकारे घेतलेल्या निर्णयाचे फळही मिळते.

## ३) जबाबदारीची क्षमता

आपण केलेल्या कामाची किंवा कृतीची संपूर्ण जबाबदारी घेणे हे यशस्वी जीवनाचे गमक आहे. अर्थात्, येथे आपल्या यशाची किंवा अपयशाचीही जबाबदारी घेणे अभिप्रेत आहे. इतर सहकाऱ्यांचा आदर मिळवायचा असेल, तर आपली चूक खुल्या मनाने मान्य करा. स्वतःची चूक कबूल करणे यातच खरी नम्रता आहे. आघाडीवर लढणाऱ्यांनाच भव्य यश प्राप्त होते. जबाबदारी उत्तम पार पाडायची असेल, तर दररोज आपण काय करायचे, याची यादी तयार करा (टु डू लिस्ट) आणि त्याचा वापर करा. काय केले आणि काय करायचे राहिले याचा मागोवा घेत त्या यादीचे नेहमीच नूतनीकरण करा. त्यामुळे आपली कार्यक्षमता वाढते आणि आपल्या कामाला योग्य दिशाही मिळते.

## ४) सकारात्मक दृष्टिकोन ठेवण्याची क्षमता

दुर्दम्य आशावाद आणि प्रखर इच्छाशक्ती या दोन घोड्यांच्या रथावरून सकारात्मक वृत्ती वाटचाल करत असते. कितीही भयानक वा वाईट परिस्थिती असली तरी सकारात्मक दृष्टिकोन असलेली माणसे आशा कधीच सोडत नाहीत. शक्य असतील ते सर्व प्रयत्न ते करत राहतात. सकारात्मक दृष्टिकोन असलेली माणसे इतरांमध्येही सकारात्मक दृष्टी तयार करतात. ती अधिक उत्पादक ठरतात. इतरांचे नेतृत्व करण्याची क्षमता अशा माणसांमध्ये निर्माण होते. कोणत्याही विरोधात्मक परिस्थितीत ही माणसे खंबीरपणे उभी राहतात. ती समस्येकडे नाही, तर समस्येच्या उत्तराकडे पाहत असतात, लक्ष ठेवतात.

## ५) प्रतिबिंबित करण्याची क्षमता

आपल्याजवळ खूप क्षमता आहेत, पण त्या क्षमतांची प्रभावी प्रस्तुती करणे जमले नाही, तर त्याचा किती उपयोग होईल? म्हणून आजच्या युगात या कौशल्याचे खूप महत्त्व आहे. आपल्या व्यक्तिमत्त्वाचा योग्य विकास आणि त्याला साजेसा पोशाख इथपर्यंत पोहचण्यास फार उपयुक्त ठरतो. आपल्यात खूप क्षमता आहेत आणि पोशाखात प्रभावीपणा नसला, तर आपण इतरांवर प्रभाव कसा टाकणार? अर्थात्, नुसताच उत्तम पोशाख तात्पुरता प्रभाव पाडू शकेल; परंतु आपल्या उत्तम व्यक्तिमत्त्वामुळे तो दीर्घ काळ टिकेल. उत्तम पोशाख इतरांमध्ये आपली चांगली प्रतिमा निर्माण करू शकतो. आपली पहिली प्रतिमा भविष्यासाठी प्रभावी ठरते.

## ६) नियोजन करण्याची क्षमता

आपल्याजवळ असलेल्या वेळेचा प्रभावी वापर करू शकलो नाही, तर सर्व क्षमताही निरुपयोगी ठरतात. आपले नियोजन योग्य असेल, तर आपण वेळ गाठण्यासाठी सतत धावत राहू आणि त्यामुळे प्रभावी काम तर होणार नाहीच आणि आपल्या कामाचा योग्य प्रभावही पाडता येणार नाही. आपले लक्ष आणि ऊर्जा कामावर केंद्रित होऊ शकत नाही. यासाठी कामाचे वेळापत्रक तयार करून त्याची योग्य ती अंमलबजावणी व्हायला हवी. वेळापत्रक ठरवणे आणि गोष्टी त्याप्रमाणे केल्या, तर त्या कामात एक शांतपणा येतो. काम उत्तमप्रकारे करता येते.

# १२

## यशस्वी माणसांची यशाची सूत्रे

उद्योजक व्हायची स्वप्ने अनेक तरुण पाहत असतात. अनेक उदाहरणांवरून हे सिद्ध झालेले आहे, की यश म्हणजे काही अपघात नाही. यश मिळविण्यासाठी एक महत्त्वाची गोष्ट म्हणजे यशस्वी माणसांच्या चरित्रांचा बारकाईने अभ्यास करा. त्यांच्यातील गुण आत्मसात करा आणि दुर्गुण टाळा. अनेक यशस्वी उद्योजकांच्या चरित्रांचा अभ्यास केल्यावर त्यांच्यात महत्त्वाचे कोणते गुण आहेत, हा विचार करीत असता, काही गुण प्रकर्षाने जाणवले. ते सर्वसाधारण आढळलेले गुण आपल्या स्वतंत्र अभ्यासाकरिता देत आहे.

### संधीचा शोध

या जगात प्रत्येक माणसासाठी अमर्याद संधी उपलब्ध आहेत. एक संधी गेली तरी दुसऱ्या अनेक संधी पुढे उभ्या राहतील, हे जरी खरे असले तरी एकदा गेलेली संधी परत येत नाही. हीपण वस्तुस्थिती काणाडोळा करता येण्यासारखी नाही. तेव्हा उद्योजकांमधील नेमकी संधी हेरून त्या संधीचे वास्तवात रूपांतर करण्याच्या गुणाची आवश्यकता आहे. त्यामुळे आपल्याला नेमके काय करायचे आहे हे ठरवणे, त्यासाठी असणाऱ्या संधीचा शोध जागरूकतेने घेत राहणे आणि नेमकी संधी पकडणे हा महत्त्वाचा टप्पा आहे.

### बांधीलकी

बांधीलकी किंवा झपाटलेपणाने काम करणे म्हणजेच समर्पण. आत्यंतिक उत्कटता, विशिष्ट कल्पनेने मनाचा ताबा घेतलेला असणे. या सगळ्या परस्परपूरक

भावना आहेत. हाती घेतलेले कार्य कोणत्याही परिस्थितीत पूर्ण करणे, प्रत्यक्षात आणणे याचाच अर्थ बांधीलकी.

'सचोटी' आणि 'शहाणपण' या दोन्हींच्या भक्कम आधाराने वचने द्यायची आणि ती पूर्ण करावयाची. एक मुलगा आपल्या लग्नानंतर आपल्या वडिलांना नमस्कार करण्यासाठी जातो. वडील त्याला म्हणतात, 'बाळ, दोन गोष्टी आयुष्यात लक्षात ठेव. एक म्हणजे प्रामाणिकपणा आणि तारतम्य.' त्यावर मुलगा वडिलांना म्हणतो, 'बाबा, जरा स्पष्ट करून सांगाल का?' 'अरे, प्रामाणिकपणा म्हणजे दिलेला शब्द पाळणे आणि शहाणपण किंवा तारतम्य म्हणजे मूर्खपणाने शब्द न देणे.' आपले यश म्हणजे आपले विचार आणि आपण घेतलेले निर्णय यांचा परिणाम असतो. आपल्या आयुष्यात कोणत्या प्रकारच्या विचारांवर प्राबल्य असावे, हा आपला निर्णय असतो. यश मिळणे हा काही अपघात नसतो, तो आपल्या दृष्टिकोनांचा आणि आपल्या प्रयत्नांचा परिपाक असतो. ध्येयाशी एकनिष्ठता असेल तरच जिंकण्याची जिद्द निर्माण होते.

निष्ठेतूनच बांधीलकी निर्माण होते. कारण निष्ठा कधीही तडजोड करीत नाही. निष्ठा नेहमीच आपल्या मूल्यांशी सुसंगत असतात. म्हणूनच आपली मूल्यप्रणाली उत्तम आणि योग्य असायला हवी. योग्य उद्दिष्टांशी बांधील असणाऱ्या निष्ठाच ध्येयप्राप्तीसाठी आपल्याला बांधील करतात. बांधीलकी म्हणजे प्रसंगी आपल्या मौजमजांचा त्याग करण्याची आणि दु:ख स्वीकारण्याची तयारी ठेवणे. जसे ग्राहकांशी बांधीलकी असणे म्हणजे उत्तम सेवा देणे. विवाहाशी बांधीलकी असणे म्हणजे एकनिष्ठ राहणे. नोकरीशी बांधीलकी असणे म्हणजे त्याग करणे इत्यादी. बांधीलकी हे परिपक्वतेचे लक्षण आहे. बांधीलकी म्हणजे दुसरा पर्याय किंवा अडचणी दिसू लागल्या, तरी स्वीकृत मार्गावरून न ढळणं. भक्कम बांधीलकी असणाऱ्या माणसांमुळे भक्कम समाजाची निर्मिती, बांधणी होत असते.

## चिकाटी

'एखादा माणूस शूर, हिंमतवान ठरतो तो इतरांपेक्षा अधिक धैर्यवान असतो म्हणून नाही, तर इतरांपेक्षा दहा-वीस मिनिटे धैर्य जास्त टिकवतो म्हणून' : राल्फ इमर्सन.

एखादी ठरलेली गोष्ट साध्य होईपर्यंत तिचा पाठपुरावा करण्याची वृत्ती, निश्चय आणि त्यासाठी कठोर परिश्रम करण्याची तयारी, आपल्या मनाचा आग्रह आणि चिवटपणा या सर्वांतून निश्चय आणि निर्धार व्यक्त होतो. एक प्रकारची शक्ती, ताकद निर्माण होते. कृतीतून घर्षण आणि त्यातून ऊर्जा असा हा क्रम आहे.

कार्यसिद्धीपर्यंत लागणारा ऊर्जेचा स्रोत सतत वाहता ठेवला जातो. 'कठोर परिश्रम' ही गंमत तर नाहीच, पण केवळ पूजाही नाही, केवळ कर्तव्यही नाही. हे आपल्यालाच आपली अनुभूती देणारे साधे, शुद्ध माध्यम आहे. आयुष्यात सतत नुसतेच यश मिळत राहते, असे होत नाही. मोठे यश मिळवायचे म्हणजे काही अपयशांचा सामना करावाच लागतो, चढ-उतार पचवावे लागतात. प्रतिकूल परिस्थितीची गाठही पडणारच. केवळ बुद्धीच्या कल्पना सर्वकाळ चालत नाहीत. अर्थात्, सर्वच यशस्वी व्यक्ती अपयशांकडे आपल्याला मिळालेला एक चांगला धडा म्हणून पाहतात आणि त्यातून तावूनसुलाखून बाहेर पडताना दिसतात. चिकाटीचे आणि चुकांतून होणारी निराशा टाळणे याचे आदर्श उदाहरण म्हणजे थॉमस अल्वा एडिसन.

विद्युत दिव्याचा शोध लावताना हजारो वेळा अपयश आले तरी त्यांनी चिकाटी न सोडता आपल्या ध्येयाचा सतत पाठपुरावा केला. मला हजार वेळा अपयश आले नाही, तर दिवा तयार करू न शकणारे हजारो मार्ग मी शोधून काढले, अशी त्यांची भूमिका होती. ही चिकाटी म्हणजेच सकारात्मक दृष्टिकोन. एडिसनने दिव्याच्या शोधाचा प्रयत्न चिकाटी न धरता सोडला असता, तर आज आपण अंधारातच बसलो असतो ना? संकटाच्या तडाख्यात सापडलेले आपले तारू सुखरूप किनाऱ्याला लागेल असाच त्यांचा आत्मविश्वास असतो. त्यामुळेच ही माणसे आपली चिकाटी सोडत नाहीत, आपले मनोधैर्य टिकवून धरतात. याच चिकाटीमुळे रतन टाटांसारखे मुलखावेगळे उद्योजक आपल्या कंपनीला पाचशे कोटींहून अधिक तोट्यातून बाहेर काढतात आणि जागतिक स्तरावर प्रचंड भरारी घेऊ शकतात.

## वेगळेपण

बहुतेक सर्व यशस्वी व्यक्तींचा अभ्यास करताना एक गोष्ट प्रकर्षाने जाणवते, ती म्हणजे- नेहमीच्या मळलेल्या वाटा तुडवायचे त्यांनी स्पष्टपणे नाकारले आहे. काही तरी नवीन, काहीतरी वेगळे करण्याची जिद्द त्यांनी जाणीवपूर्वक जोपासलेली दिसते. आपल्या कार्यपरिघात काही तरी वेगळं करून दाखविण्याची इच्छा जोपासताना दिसतात.

यशस्वी माणसे आपल्या बुद्धीचे तेज प्रकट करून आपले वेगळेपण सिद्ध करून दाखवितात. आताचे एक उदाहरण अगदी प्रकर्षाने जाणवते ते म्हणजे माजी राष्ट्रपती डॉ. अब्दुल कलाम यांचे. भारतातील त्यांच्या अगोदर झालेल्या इतर राष्ट्रपतींशी त्यांची तुलना करून बघा. किती वेगळेपण जाणवते! भारताला 'सुपर पॉवर' बनण्याचे स्वप्न त्यांनी दिले. सर्व मुले आणि तरुणांना उत्साहाने भारले, त्यांच्यात देशप्रेम

निर्माण केले. एवढेच नव्हे, तर राष्ट्रपतिपदालाच रूढींच्या जोखडातून बाहेर काढून एक नवे परिमाणच दिले आणि तेही किती साधेपणाने. प्रयोग आणि मेहनत यातून आपले वेगळेपण दाखवत वर्गीस कुरियन हा धातुशास्त्रज्ञ या विषयातील तंत्रज्ञ, जगप्रसिद्ध 'गो पालक' झाला.

## जिज्ञासा

यशस्वी माणसांपैकी अगदी चटकन लक्षात येणारी कल्पक माणसे म्हणजे जगदीशचंद्र बसू, रवींद्रनाथ टागोर, स्वामी विवेकानंद, महात्मा गांधी, डॉ. बाबासाहेब आंबेडकर आणि जमशेदजी टाटा. या सर्व मोठ्या आणि कल्पक माणसांमध्ये तुम्हाला काय सारखेपणा दिसतो? अनेक गोष्टींमध्ये ते जिज्ञासू होते, असे स्पष्ट जाणवते.

म्हणजेच त्यांना काही चांगले आणि मार्गदर्शक प्रश्न सुचले होते आणि त्या प्रश्नांचा त्यांनी आयुष्यभर पाठपुरावा केला, त्यांचा पिच्छा पुरवला. काय होती ही त्यांची जिज्ञासा?

जगदीशचंद्र बसू – वनस्पतीला जीव असतो का?

रवींद्रनाथ टागोर – सौंदर्य म्हणजे काय?

स्वामी विवेकानंद – मला देव दिसू शकेल काय?

महात्मा गांधी – भारताला स्वराज्य कसे मिळेल?

डॉ. बाबासाहेब आंबेडकर – माणसा–माणसांत भेद का?

जमशेदजी टाटा – भारताची औद्योगिक प्रगती कशी साधावी?

अशी ही त्यांची जिज्ञासा होती आणि ती भागविण्यासाठी त्यांनी त्यांचे संपूर्ण आयुष्यच वेचले आणि अद्वितीय यश संपादन केले.

## आपले म्हणणे दुसऱ्याला पटवून देण्याची क्षमता

आपले म्हणणे दुसऱ्याला पटवून देण्याची क्षमता अथवा आपले विचार दुसऱ्यांपर्यंत प्रभावीपणे पोहोचविण्याचे कौशल्य, वाटाघाटीचे आणि सादरीकरणाचे कौशल्य, आपल्या व्यक्तिमत्त्वाची छाप पाडता येणं या कला आजच्या माहिती आणि तंत्रज्ञानाच्या युगात खूपच महत्त्वाच्या ठरत आहेत. कारण हे युग खूपच पारदर्शी आहे. माणसाच्या जीवनाचा एकूण प्रवास तीन टप्प्यांतून होत असतो. पहिला टप्पा 'परावलंबना'चा. मग 'स्वावलंबना'चा आणि त्यानंतर 'परस्परावलंबना'चा, असा हा प्रवास आहे. यशस्वी माणसांना आपल्या अवतीभोवतीच्या माणसांना आपल्या कार्यात सहभागी करून घेणे फार गरजेचे असते. कारण परिणामकारी आणि अर्थपूर्ण

असे कार्य एकट्याला करता येत नाही. त्यासाठी इतरांचीही मदत आवश्यक असते आणि त्यासाठी वरील कौशल्ये फार महत्त्वाची ठरतात. अनेक यशस्वी माणसांचे निरीक्षण केल्यास त्यांच्यात आपले म्हणणे दुसऱ्याला पटवून देण्याची क्षमता विपुल प्रमाणात दिसते. किरण मुजुमदार यांचे उदाहरण घेता येईल. त्या म्हणतात, 'मी माझ्या सहकाऱ्यांना 'बायोकॉन'चे स्वप्न आणि माझे व्यक्तिमत्त्व पटवून दिले आणि माझ्या कामासाठी त्यांना प्रेरित केले.'

## योग्य माणसांची निवड

जे. आर. डी. टाटा, रतन टाटा, राहुल बजाज आणि आदित्य विक्रम बिर्ला यांसारख्या यशस्वी उद्योजकांची चरित्रे अभ्यासताना त्यांनी आपल्या यशाचा एक महत्त्वाचा पैलू उलगडून दाखविताना म्हटले आहे-

' आम्ही चांगली माणसे निवडली. त्यांना योग्य ते स्वातंत्र्य आणि साधनसामग्री उपलब्ध करून दिली आणि मग त्यांनी त्यांच्या क्षमता पणाला लावून आम्हाला अपेक्षित परिणाम दिले.''

यावरून असे स्पष्ट होते, की कोणताही उद्योजक उद्योगातल्या सर्वच गोष्टी फक्त स्वत: आणि स्वत:च करू शकत नाही. त्यासाठी त्याला इतरांचीही मदत लागतेच. यासाठी योग्य माणसांची निवड करून त्यांच्याकडून उत्कृष्ट कामगिरी करून घेणे आवश्यक असते.

## धोका पत्करण्याची तयारी

यशासाठी डोळसपणे धोका पत्करणे आवश्यक आहे, नव्हे अपरिहार्यच आहे. जबाबदारीने धोका पत्करणे हे ज्ञान, प्रशिक्षण, परिश्रम, आत्मविश्वास आणि क्षमता यांवर आधारित असायला हवे. त्यामुळे अडचणीला धैर्याने सामोरे जाण्याचे बळ माणसाला मिळते. कधीच काही न करणारा माणूस चुका करीत नाही; परंतु धोका असल्यामुळे काहीच न करणे हीच मोठी चूक ठरते. योग्य धोका आणि जुगार यामधला फरक फार महत्त्वाचा आहे. एकदा एका माणसाने एका शेतकऱ्याला विचारले, ''चालू हंगामात गहू पेरला का?'' शेतकऱ्याने उत्तर दिले, ''नाही, कारण यंदा पावसाची काही खात्री नाही.'' मग त्या माणसाने विचारले, ''मग तू मका पेरलास का?'' तो शेतकरी म्हणाला, ''नाही, मक्याच्या पिकावर कीड पडेल अशी मला भीती वाटली.'' त्या माणसाने त्यानंतर विचारले, ''मग तू पेरलेस तरी काय?'' त्यावर शेतकरी म्हणाला, ''काही नाही! मी ठरवले की, कोणताही धोका पत्करायचा नाही.''

धोका पत्करणे हा तर यशस्वी व्यक्तिमत्त्वाचा अविभाज्य भाग आहे. जबाबदारी स्वीकारणे, परिणामांना जबाबदार राहणे, अपयशाला न जुमानता प्रयोग करीत राहणे आणि पडत, धडपडत चुकांमधून शिकणे, त्यांची जबाबदारी घेणे या गोष्टी प्रगतीसाठी आवश्यक असतात.

## मूल्यवर्धन

बाबा कल्याणींनी सर्वांना एक महत्त्वाचा सल्ला दिला आहे. उद्योग सुरू करण्यापूर्वी ते जेव्हा व्यापार करत होते तेव्हाचा अनुभव सांगताना ते म्हणतात, ''लक्षात ठेवा, जिथे पिकते तिथे ते विकत नाही. जेव्हा पिकते तेव्हा विकत नाही आणि जसे पिकते तसे विकत नाही.'' यावरून एक गोष्ट स्पष्ट होते की, आपण जी कृती करतो ती नेहमी वस्तूंचे किंवा सेवेचे मूल्यवर्धन करणारी असावी. या मूल्यवर्धनात आपला वाटा जितका जास्त, जितका मोलाचा त्या प्रमाणात आपला फायदाही मोठा होतो.

## एकाग्रता

'आयुष्याच्या महामार्गावरून प्रवास करताना तुमची नजर ध्येयावर असू द्या. नेमके मुद्द्याचेच काय ते पाहा. अनावश्यक किरकोळ बाबींकडे दुर्लक्ष करा.' एकाग्रता म्हणजे लक्ष केंद्रित करण्याची मध्यवर्ती संकल्पना, ध्येयापर्यंत पोहचण्याच्या दृष्टीने एकवटलेले ध्यान. आपण ठरवलेल्या उद्दिष्टांवर लक्ष एकाग्र करणे. ध्येयावर लक्ष केंद्रित केल्याशिवाय, एकाग्र केल्याशिवाय आपल्याला आपलं ध्येय गाठता येणार नाही.

## मूल्य

मूल्य म्हणजे सचोटी, प्रामाणिकपणा, आपल्या बांधीलकीची सन्मानपूर्वक जाणीव ठेवणे, सत्यवचनीपणा, स्वतंत्रता यांसारख्या गुणांचा संचय. आपल्या कार्याच्या ध्यासाने झपाटलेल्या व्यक्ती मूल्याधिष्ठित वर्तन करतात. जगात मूल्यं नसती तर आपले जीवन पूर्ण सामाजिक झाले असते आणि वैयक्तिक आयुष्यही अर्थहीन. आपल्या प्रत्येकाला आपले आयुष्य अर्थपूर्ण व्हावे असेच वाटते. त्याला एक विशिष्ट दिशा असावी, स्वत:ची काही शिस्त असावी, अधिकार असावा आणि इतरांनाही आपण मार्गदर्शक बनावे. मूल्यांमुळे हे सर्व स्थायी स्वरूपात प्राप्त होते आणि म्हणूनच उद्योजकांचे व्यवहार मूल्यवर्धक असावयास हवेत. उद्योग हे उत्तम माणसांचे एक शारीरिक, मानसिक आणि आध्यात्मिक प्रगट रूप आहे. कोणतीही संस्था ही पैशांच्या किंवा यंत्राच्या सामर्थ्यावर नाही, तर माणसांच्या दर्जावर नावारूपाला येते.

## अपरिमित ऊर्जा

अपरिमित ऊर्जा, चैतन्यमयता, शारीरिक क्षमता या बाबी परस्परावलंबी असतात. जगावेगळे काही करायचे म्हणजे अमर्याद ऊर्जा हवीच. त्यामुळेच ही जगावेगळी माणसे प्रचंड ऊर्जेनं सढळ असतात. एवढेच नाही, तर ही माणसं उत्साह उत्सर्जित करीत असतात. आपल्या अवती-भोवतीचे वातावरण भारूनच टाकत असतात. कार्यमग्नता ही त्यांच्यासाठी सर्वांत महत्त्वाची गोष्ट असते. आपण करीत असलेल्या कामावर आपले प्रेम आणि श्रद्धा मात्र असावी लागते, तेव्हाच अशी निरंतर ऊर्जा उत्पन्न होऊ शकते.

## ज्ञानग्रहण

शिकत राहणे, ज्ञान मिळवणे आणि ते ग्रहण करणे यासाठी योग्य अभ्यास आणि अनुभव यांची गरज असते. या गोष्टींमुळे माणूस अधिकाधिक सक्षम होत जातो. आपली कौशल्ये वाढवतच जातो. बऱ्याच वेळा मोठ्या उद्योजकांचे शिक्षण एका क्षेत्रातील असते; पण कामगिरी मात्र दुसऱ्याच क्षेत्रात असते आणि यासाठी तर सतत ज्ञान ग्रहण करण्याची आवश्यकता असते आणि त्याचा फायदाही होतो. कमी शिकलेली माणसेही निवडलेल्या क्षेत्रात प्रचंड यश संपादन करू शकतात.

जे. आर. डी. टाटा हे काही कारणांमुळे पदवी संपादन करण्याआधीच व्यवसायात उतरले; पण सतत शिकत राहण्याच्या वृत्तीमुळे ते हिमालयाएवढी उंची गाठू शकले. अनेक गोष्टी जवळून बघितल्यामुळे आत्मसात करता येतात. परिषदांतील सहभागामुळे, प्रदर्शनांना दिलेल्या भेटींमुळे आणि प्रवासामुळे माणसाला ज्ञानग्रहणाची उत्तम संधी प्राप्त करता येते. अर्थात्, यासाठी हेतुपूर्वक परिश्रम मात्र घ्यावे लागतातच.

## विनयशीलता

वृक्ष जेव्हा खूप फळांनी बहरतो, तेव्हा तो स्वाभाविकपणे खाली झुकतो. त्याचप्रमाणे एखादे व्यक्तिमत्त्व नैसर्गिकपणे बहरते, समृद्ध होते तेव्हा नम्र होते, विनयशील बनते. विनयशीलता म्हणजे अहंकारावर नियंत्रण, नम्रता. या गुणांमुळे यशस्वी व्यक्तिमत्त्व अधिकच खुलते, उठावदार बनते. विशेष काही करून दाखविणारे आणि सौम्य, विनयशील स्त्री-पुरुष हे विकासासाठी धडपडणाऱ्या लोकांचे स्फूर्तिस्थान बनतात. अशी माणसे आपल्या यशाचे श्रेय न चुकता आपल्या सहकाऱ्यांना, गटाला, कुटुंबाला, गुरुजनांना आणि नशिबालाही देताना दिसतात. त्यांना गर्व नसतो. स्वाभिमान मात्र नक्कीच असतो. गर्वाने डोके जड होते, तर स्वाभिमानाने ते भारावते. जड

डोक्यामुळे डोकेदुखी निर्माण होते, तर भारावलेल्या हृदयामुळे माणूस विनयशील बनतो. त्यामुळे स्वाभिमानी माणसे थोडीफार स्तुती ऐकून सुखावतात; परंतु खुशामत करणाऱ्यांना चार पावले दूरच ठेवताना दिसतात. त्यांचा स्वाभिमान नेहमीच संयमित असतो.

सर्वाधिक खपाचे 'बिझनेस महाराजा' हे गीता पिरामल यांचे पुस्तक नुकतेच वाचण्यात आले. त्यांनी भारतातील आठ महान उद्योगपतींमधील तीन समान गुणवैशिष्ट्यांचे वर्णन केले आहे. हे महान उद्योगपती म्हणजे रतन टाटा, आदित्य बिर्ला, धीरूभाई अंबानी, राहुल बजाज, रामप्रसाद गोएंका, ब्रिजमोहन खैतान आणि भरत/विजय शहा. या सर्वांमध्ये आत्यंतिक एकाग्रता, अपरिमित ऊर्जा आणि आपण हाती घेतलेल्या कार्याचा प्रचंड ध्यास ही तीन वैशिष्ट्ये आहेत. या सर्वांनी आपल्या महत्त्वाकांक्षेला संपूर्ण वाहून घेतलेले आहे.

आपलं ध्येय वास्तवात उतरवण्यासाठी या व्यक्ती तासन्‌तास काम करतात. या सर्वांनीच काही मूलभूत आणि साध्या व्यवस्थापन तत्त्वांचा वापर केलेला आढळतो. तो म्हणजे कामासाठी उत्कृष्ट माणसे निवडा, त्यांना उत्तम वागणूक द्या, त्यांना जबाबदारी द्या आणि त्यांच्याकडून सर्वश्रेष्ठ कामगिरीची अपेक्षा करा. या सर्वांमध्ये आढळलेले सर्वसाधारण गुण असे की, ते सर्व आपल्या कामात अतिशय दक्ष होते. त्यांच्यात प्रचंड एकाग्रता होती. प्रचंड ऊर्जा होती. त्या सर्वांना आपल्या कामाने पछाडलेले होते. त्यांच्या महत्त्वाकांक्षेशी त्यांची प्रचंड बांधीलकी होती. वेळेची तमा न बाळगता ते आपल्या कामात गर्क होते. ते दुराग्रही होते. एकदा का त्यांच्या मनात कल्पनेचा अंकुर रुजला, की सहजासहजी तो त्यांच्या डोक्यातून जात नाही. त्या कल्पनांचा पाठपुरावा ते अतिशय चिकाटीने करताना दिसतात.

या सर्व व्यक्तिमत्त्वांमध्ये त्यांची हुशारी, कार्यक्षमता, योग्य पार्श्वभूमी, आर्थिक पाठबळ, कार्याची प्रचंड तळमळ आणि चिकाटी या गोष्टी तर होत्याच, यात काहीही शंका नाही; परंतु त्यांच्या प्रचंड यशाला कारणीभूत असलेल्या आणि त्यांच्या नियंत्रणाबाहेरील पण प्रभावी अशा दोन गोष्टी अगदी स्पष्ट जाणवतात ज्या त्यांना त्यांनी गाठलेल्या यशाच्या शिखरावर घेऊन जाण्यास उपयुक्त ठरल्या आहेत. त्या म्हणजे त्यांना भेटलेले मार्गदर्शक, की ज्यांनी त्यांना त्यांच्या कठीण काळात मदतीचा हात देऊन पुढे नेले आहे. त्याचबरोबर नशिबाने त्यांना दिलेली साथही खूप मोलाची वाटते.

या गोष्टी अगदी निर्णायक जरी नसल्या तरी त्या त्यांच्या बाजूने नसत्या, तर काय झाले असते? त्यांनी मिळवलेले यश ते मिळवू शकले असते का? हा विचारही आपल्या मनात येऊन जातोच.

# १३

## जाणून घ्या यशाची सप्तपदी!

आपल्यातील प्रत्येक माणसाला यशस्वी व्हावे, असे वाटत असते. यश हे आपल्या दृष्टिकोनाचा आणि त्याच्यासाठी आपण घेतलेल्या योग्य परिश्रमाचा परिपाक आहे. आपल्याला यशस्वी व्हायचे असेल, तर यशस्वी होण्यासाठी लागणारे मूलभूत गुण आपण अंगी बाळगायला हवेत. त्याचप्रमाणे अयशस्वी व्यक्तिमत्त्वात असणारे मूलभूत दोष दूर करायला हवेत. उच्च परिणाम साधणारी मनोधारणा असणे आवश्यक आहे आणि ती मिळविण्यासाठी उपयोगी पडतील अशा सात पायऱ्या आज आपण बघणार आहोत.

'आपला जन्मच यशस्वी होण्यासाठी झालाय, यश हा निसर्गाचा नियमच आहे.'

प्रत्येक परिणामाला कारण असते आणि प्रत्येक कारणाचा एक विशिष्ट परिणाम होणे हे अपरिहार्य आहे. यश हा अपघात नाही, तर तो जाणीवपूर्वक केलेल्या कामाचा परिणाम आहे. आपण यशस्वी व्हावे, असे कोणाला वाटत नाही? आपल्यातील प्रत्येक माणसाला यशस्वी व्हावे असे वाटत असते. यश हे आपल्या दृष्टिकोनाचा आणि त्याच्यासाठी आपण घेतलेल्या योग्य परिश्रमाचा परिपाक आहे. डॉक्टर ज्याप्रमाणे रुग्णाची लक्षणे अभ्यासून त्याला झालेल्या रोगाचे निदान करतात, त्याचप्रमाणे यशस्वी आणि अयशस्वी व्यक्तींच्या अवतीभोवती त्यांची लक्षणे आपल्याला बघायला मिळतात, सापडतात. त्यांचे स्वभाव, त्यांचे व्यक्तिमत्त्व याचा आपण अभ्यास केला, तर यश आणि अपयश माणसांच्या पदरी का पडते, हे आपण समजावून घेऊ शकतो. आपल्याला यशस्वी व्हायचे असेल, तर यशस्वी होण्यासाठी लागणारे मूलभूत गुण आपण अंगी बाळगायला हवेत. त्याचप्रमाणे अयशस्वी व्यक्तिमत्त्वात असणारे मूलभूत दोष दूर करायला

हवेत. उच्च परिणाम साधणारी मनोधारणा असणे आवश्यक आहे आणि ती मिळविण्यासाठी उपयोगी पडतील अशा सात पायऱ्या आज आपण बघणार आहोत. त्या अशा :

यशाची व्याख्या करणे तसे अवघड आहे. ती प्रत्येक माणसागणिक वेगळी होईल. सर्वसामान्यपणे यश म्हणजे 'उचित ध्येयाच्या दिशेने, उद्दिष्टप्राप्तीसाठी करावयाच्या सततच्या प्रवासाची अनुभूती.' मला यशाची व्याख्या 'स्वतः आनंदी राहून इतरांनाही आनंदी करण्याची क्षमता, इतरांवर प्रेम करण्याची आणि इतरांकडूनही प्रेम संपादन करण्याची क्षमता, स्वतःशी, आपल्या सभोवतालच्या माणसांशी आणि विश्वविधानांशी शांतीचे समतोल आणि सुसंवादी जीवनसंबंध निर्माण करण्याची क्षमता म्हणजे यश,' अशी करायला आवडेल. असे यश संपादन करण्यासाठी उपयोगी पडतील अशा सात गोष्टींचा विचार आपण या लेखात करणार आहोत. म्हणजेच यशाची 'सप्तपदी' चालणार आहोत.

## १) ज्वलंत इच्छा

इच्छा ही प्रत्येक कृतीची जननी आहे. आपले उद्दिष्ट गाठण्याची प्रेरणाच ज्वलंत इच्छेतून निर्माण होत असते. शिवाजी महाराजांचे उदाहरण येथे देता येईल. 'स्वराज्याची स्थापना मी करेनच' या ज्वलंत इच्छेतूनच त्यांनी अद्वितीय काम उभे केले. इतक्या प्रतिकूल परिस्थितीत अशी कामगिरी करणारे शिवाजी महाराज हे एकच उदाहरण असेल. नेपोलियन यांनीही म्हटले आहे, की माणसाचे मन ज्या कल्पना करते त्याच्यावर त्याची श्रद्धा बसते आणि नंतर तो ते करूनही दाखवितो. ज्वलंत इच्छा हीच सर्व ध्येयप्राप्तीची सुरुवात असते. छोटी ठिणगीच पुढे जाऊन मोठा वणवा निर्माण करते. कमकुवत इच्छा मात्र काहीच करू शकत नाही.

## २) वचनबद्धता

सचोटी आणि शहाणपण या दोन मजबूत खांद्यांवरच वचनबद्धता उभी राहू शकते. एकदा नुकतेच लग्न झालेला मुलगा आपल्या वडिलांचे आशीर्वाद घ्यायला गेला होता. नमस्कार केल्यावर वडील त्याला म्हणाले, ''बेटा, आयुष्यात प्रामाणिकपणा, शहाणपणा आणि तारतम्य या गोष्टी लक्षात ठेव!'' मुलाने जरा प्रश्नार्थक चेहऱ्याने वडिलांकडे पाहिले. त्यावर त्यांनी खुलासा केला, की प्रामाणिकपणा म्हणजे दिलेला शब्द तंतोतंत पाळणे आणि शहाणपणा म्हणजे अवास्तव शब्द न देणे. दिलेला शब्द पाळायचा म्हणजे सचोटी आणि मुळातच मूर्खपणाचा शब्द न देणे म्हणजे शहाणपणा. यश हे आपले विचार आणि निर्णय याचं फलित असतं. ज्ञान म्हणजे प्रचंड सामान्यज्ञान, तर शहाणपणा म्हणजे मिळवलेल्या ज्ञानाचा उचित वापर होय.

## ३) जबाबदारी

ज्यांना चारित्र्य असते अशीच माणसे जबाबदारी घेतात. हीच माणसे जबाबदारी स्वीकारत आपले भविष्य घडवू शकतात. उत्तरदायित्व घेणे नेहमीच धोक्याचे असते. त्यामुळेच जबाबदारी घेणे नेहमीच त्रासदायक वाटते, अवघड असते. त्यामुळेच बरेच लोक आपल्याला ठरावीक मर्यादा घालून घेतात आणि कोणतीही जबाबदारी न स्वीकारताच सर्वसाधारण निष्क्रिय आयुष्य जगत असतात. अशी माणसे चमत्कार घडविण्यापेक्षा चमत्काराचीच वाट पाहत आपले आयुष्य घालवत असतात. एका माणसाने एका शेतकऱ्याला विचारले, ''चालू हंगामात गहू पेरणार का?'' त्यावर शेतकऱ्याने उत्तर दिलं, ''नाही, कारण यंदा पावसाची काही खात्री नाही.'' त्या माणसाने यावर विचारलं, ''मग तू मका पेरणार का?'' तो शेतकरी म्हणाला, ''नाही, मक्याच्या पिकावर कीड पडेल, अशी मला भीती वाटते.'' यावर त्या माणसाने विचारलं, ''मग तू काय पेरणार आहेस?'' शेतकरी म्हणाला, ''काही नाही. मला कोणताही धोका पत्करायचा नाही.''

## ४) कठोर परिश्रम

यश मिळवायचे असेल, तर कठोर परिश्रमाला पर्याय नाही. उत्कृष्ट कामगिरी ही काही अपघाताने होत नाही. त्यासाठी तयारी आणि प्रत्यक्ष काम यांची आवश्यकता असते. प्रत्येकाला यशस्वी व्हायची इच्छा असते; परंतु त्यासाठी श्रम घेण्याची, वेळ देण्याची तयारी फारच थोड्या लोकांची असते. स्वप्न पाहणे आवश्यक आहे; परंतु त्याचबरोबर त्या स्वप्नाची पायाभरणी करण्यासाठी श्रमही घ्यायला हवेत. त्यासाठी दिशा, समर्पण, निर्धार, शिस्त आणि कालमर्यादा ही पायाभरणी आहे. यामुळेच स्वप्नाचे रूपांतर सत्यात करता येते.

## ५) सकारात्मक श्रद्धा / विश्वास

सकारात्मक विश्वास हा सकारात्मक विचारांपेक्षा खूप श्रेष्ठ असतो. सकारात्मक विचारसरणीचा फायदा होईल, असं निश्चितपणे वाटणे म्हणजे सकारात्मक विश्वास. नुसत्या इच्छेला किंवा स्वप्नांना येथे वावच नसतो. सामना हा पराभव टाळण्यासाठी नाही, तर जिंकण्यासाठीच खेळण्याची जिद्द हा सकारात्मक विश्वास देते.

## ६) सातत्याची ताकद

सातत्य म्हणजे ठरवलेल्या ध्येयावरची निष्ठा. याचाच अर्थ- हाती घेतलेले काम पूर्ण होईपर्यंत अविचल प्रयत्न करण्याची तयारी, अविश्रांत प्रयत्न करणे. आपण

थकल्यावर काम बंद करणे वरवर चांगले वाटते; परंतु जेते मात्र यासाठी कस लावतात. स्पर्धा जिंकणाऱ्या खेळाडूंकडे बघा. ते प्रयत्न करतात आणि पूर्णत्वाला गेल्यावरच थांबतात. एडिसनने दिव्याचा शोध लावण्यासाठी हजार अपयशं पचवलीत. प्रत्येक प्रयत्नाकडे अपयश म्हणून न बघता एका अयोग्य मार्गाचा शोधच मला लागला, ही जिद्द बाळगली. अपयशी माणसांची सुरुवात तर उत्तमच असते; परंतु ते शेवटी गडबडतात, थकतात आणि प्रयत्न थांबवतात. योग्य हेतूमधूनच सातत्य निर्माण होते. हेतूच जर पक्का नसेल, तर आयुष्य कच खाते, घसरडे, निसरडे होते. हेतू नसला, तर माणूस सातत्याने प्रयत्न न करताच हार मानतो. पाण्यासारखा मृदू पदार्थ सतत खडकासारख्या कठीण पदार्थावर पडत राहिला, तर सातत्यामुळेच त्यात खड्डे पाडतो.

## ७) कामगिरीचा अभिमान, गर्व

आपण अंगीकारलेल्या कामात सन्मान असला तरच त्यातून उत्कृष्टता निर्माण होते. कामगिरीचा अभिमान म्हणजे अहंकार नव्हे. यात नम्रता आणि आनंद असतो. माणसाची गुणवत्ता आणि त्याच्या हातून घडणाऱ्या कामगिरीची गुणवत्ता या अविभाज्य गोष्टी आहेत. साशंक हृदयाने केलेले प्रयत्न अर्धवट नाही, तर शून्य परिणाम साधतात. प्रत्येक कामगिरी ही त्या माणसाचे स्वतःचे चित्रच उभे करत असते. मग त्याचे काम काही का असेना; कार धुणे, अंगण स्वच्छ करणे किंवा घराला रंग देणे. माणसाचा दर्जा कामाने नाही, तर ते काम तो कशा पद्धतीने करतो, त्यावर ठरत असतो. उत्कृष्टता ही आतून येत असते आणि तीच जेत्याचे रूप घेत असते.

## १४

# चक दे– काय शिकायचे?

### 'चक दे' या सिनेमपासून

'चक दे' ही यशस्वी टीमची आणि नेत्याची कथा आहे. प्रेरणा देणारी कथा आहे. टीम कशामुळे यशस्वी होते, याची कथा आहे.

अशा नेत्याची कथा आहे, की तो प्रथम मानसतज्ज्ञ होता आणि नंतर प्रशिक्षक झाला. 'चक दे' वरून हे स्पष्ट कळते की, संघातील विविधतेचा योग्य उपयोग करून घेतला, प्रामाणिकता दाखविली, कठोर परिश्रम केले तर आपण कोणत्याही अडचणींवर, संकटांवर मात करू शकतो.

सरतेशेवटी असे म्हणावे लागेल की, 'चक दे' म्हणजे स्वतःची, आपल्या संघाची आणि देशाच्या अभिमानाची कथा आहे

### संघाच्या पायाभरणीच्या अवस्था (टप्पे)

संघाची भरीव कामगिरी होण्याअगोदर प्रत्येक संघाला चार अवस्थांतून (टप्प्यांतून) जावे लागते. 'चक दे'मधून या चारही अवस्थांचे नेमके दर्शन होते.

* पूर्वतयारी / घडण
* वादळाचा सामना
* स्थिरतेकडे वाटचाल
* कामगिरी

### १) पूर्वतयारी / घडण

सामाईक, मान्य असणारी उद्दिष्टे माणसांना एकत्र आणतात.

जागतिक करंडक मिळविण्यासाठी भारताच्या वेगवेगळ्या प्रांतांचे प्रतिनिधित्व करणाऱ्या खेळाडूंची दिल्लीला बैठक घेतली गेली.

### २) वादळाचा सामना

विविधता, व्यक्तित्ववाद, वैयक्तिक अहंकार आणि अधिकाराचे राजकारण यामुळे प्रतिकूलता, संघर्ष आणि नकारात्मक ऊर्जा निर्माण होते.

'चक दे'मध्येही खोल्या, कपाटे, खेळण्याचा क्रम, नेत्याचा स्वीकार अशा गोष्टींमुळे संघर्ष उद्‌भवले होते.

### ३) स्थिरतेकडे वाटचाल

या पायरीवर अंतर्गत नेतृत्व जन्माला येते आणि तो नेता गट सहकाऱ्यांना आपल्या प्रभावाने प्रेरित करतो, त्यांच्यात सुसंवाद साधतो. वागणुकीच्या काही नियमांना उजाळा देतो. यातून तो संघास शिस्त लावतो. आपण आपापसात कसे वागायचे यासंबंधीच्या नियमावली, आचारसंहिता तयार करतो.

'चक दे'मध्ये बिंदियाने समन्वय साधण्याचा प्रयत्न केला; परंतु शेवटी 'कबीर'ने खंबीर धोरण स्वीकारत कठोर पावले उचलून संघासंबंधी नियमावली तयार केली. संघातील खेळाडूंचा विरोध कमी होईपर्यंत त्याने त्यांना संघात खेळण्यास मनाई केली. त्यामुळे त्यांना इतरांप्रमाणे एका धाग्यात स्वतःलाही बांधून घ्यावेच लागते.

### ४) कामगिरी

कोणत्याही संघाकडून अपेक्षित कामगिरी तेव्हाच होते, की जेव्हा संघाचे उद्दिष्ट अगदी स्पष्ट असते. खेळाच्या नियमांचे योग्य ज्ञान त्यांना असते. संघाचे नियम सर्वांना स्वीकारार्ह असतात तेव्हाच सर्वांकडून उत्तम कामगिरी होऊ लागते. अर्थात्, या अवस्थेतही यशस्वी कामगिरीची शाश्वती, खात्री देता येत नाही. सर्वसाधारण मानवी प्रवृत्ती जसे की मत्सर, स्पर्धा, चढाओढ, शक्ती वापरण्याची क्षमता यामुळे संघाची कमगिरी अपेक्षेपेक्षा नीच पातळीला पोहोचू शकते.

उदाहरण : चित्रपटतील कोमल आणि प्रीती, बिंदिया आणि विद्या यांच्या कामगिरीकडे बघा.

बलबीरचा नियंत्रणाबाहेर गेलेला राग.

## संघाच्या एकत्रीकरणाच्या काही युक्त्या

सर्वसाधारणपणे एक उद्दिष्ट लोकांना एकत्र आणते.

जागतिक करंडक जिंकणे हे ध्येय सुरुवातीला गट- सहकाऱ्यांना एकत्र आणू शकले नाही. कदाचित या सर्व मुलींच्या सुप्त मनाला आपण जगतिक करंडक मिळवू शकू, असे वाटलेलेच नव्हते. विश्वकरंडकासाठी खेळणे हीच एक मोठी उपलब्धी त्यांच्यासाठी होती. त्यामुळे त्यांच्यात चांडाळ चौकडी (कंपू) उपगट तयार होत गेले. असे उपगट तयार होत गेले आणि त्यामुळे वैयक्तिक अहंकारच जिंकण्याच्या इच्छेपेक्षा मोठे झाले, प्रबळ झाले. त्यामुळेच हरण्याच्या वातावरणाला खत-पाणी मिळाले.

असं असलं तरी मुली संघ बांधण्याचा, एकत्र होण्याचा प्रयत्न करीत होत्या. याची सुरुवात प्रशिक्षकाचा द्वेष कमी करून, त्याची हकालपट्टी थांबण्याने झाली. ही गटाच्या पुनर्बांधणीची पहिली निशाणी होती, सुरुवात होती.

खरं तर कबीर यांनी मॅक्डोनाल्डमध्ये निरोपाची मेजवानी दिली त्याप्रसंगी संघ खऱ्याअर्थी एकत्र आला. संघाची एकजूट झाली. ती जागतिक करंडक मिळण्यासाठी नव्हे, 'मुलांकडून होणारी मुलींची छेडछाड' याचा सर्वांनी मिळून सामना करण्यासाठी. मुलींच्या छेडछाडीचा प्रसंग बघून कबीर भयंकर संतापला. इतर मुले जेव्हा त्या छेडछाड करणाऱ्या मुलांनाच मदत करू लागली तेव्हा सर्व मुली एकत्र आल्या आणि सर्वांनी मिळून छेडछाड करणाऱ्या मुलांना हुसकावून लावले. अशा वेगवेगळ्या प्रकारांमुळे मुलींना आपली ताकद लक्षात आली. मुलांचा विरोध करताना त्यांच्यातील एकी काय असू शकते, याचा साक्षात्कार मुलींना झाला.

सांगायला नकोच की प्रशिक्षकातील मानसशास्त्रज्ञ जागा झाला आणि त्याने मुलींना प्रतिकार करण्यास प्रवृत्त करण्याची जोखीम उचलली. कारण तेव्हाच त्याला स्पष्ट जाणवले, की त्यामुळे आपल्या एकत्र येण्यात काय ताकद आहे, सामर्थ्य आहे हे त्यांना कळणार होते.

त्यामुळेच एकजुटीने खेळलो, तर आपण 'जागतिक करंडक' मिळविण्यात यशस्वी होऊ शकतो, हे त्यांना पटवून देणे कबीरला सोपे झाले.

इथेदेखील कबीरने अवतीभवतीच्या माणसांना 'मुलींच्या अपमानाबद्दलच्या आपल्या प्रतिक्रिया' मुलींपर्यंत प्रत्यक्ष पोहोचविण्याची विनंती केली. त्यामुळे त्यांच्यातला स्वाभिमान उफाळून येईल अणि त्या आव्हान स्वीकारण्यास प्रवृत्त होतील, असा विश्वास कबीरला होता.

मिश्र सामन्यातील मुलींची निकृष्ट कामगिरी बघूनच व्यवस्थापनातील महिलांनी त्या मिश्र सामन्याच्या मध्यंतरात त्यांची निर्भर्त्सना केली. 'तुम्ही फक्त घरकाम करण्यासच योग्य आहात' अशी टीकाही आपल्यासारख्याच महिलांनी आपल्यावर केलेली पाहून

महिला खेळाडू पेटून उठल्या आणि त्याच जोशात दुसऱ्या डावात त्यांनी उत्कृष्ट कामगिरी करून मुलांचा आदर प्राप्त करून घेतला. त्याचबरोबर ऑस्ट्रेलियात जाऊन सामना खेळण्यास परवानगीही मिळविली.

## सुप्रसिद्ध व्यक्तींचे व्यवस्थापन

सुप्रसिद्ध माणसे आत्मकेंद्रित असतात. ते फक्त स्वतःच्याच यशाचा, कामगिरीचा विचार करतात आणि त्यामुळे कधी कधी आपल्या नेत्याची दूरदृष्टीही त्यांच्या लक्षात येत नाही, ती ते सहन करू शकत नाहीत.

'चक दे'मध्येही सर्व खेळाडू प्रतिष्ठित होते; परंतु आपल्या वरिष्ठतेमुळे उद्धट आणि मगरूर झाले होते. त्यामुळे ते त्यांच्याकडूनच्या अपेक्षा आणि त्यासाठी करावा लागणारा संघर्ष पचवू शकत नव्हते.

सर्वांत ज्येष्ठ खेळाडू बिंदिया जागतिक करंडकाच्या शेवटच्या सामन्यापर्यंत इतर खेळाडूंशी सहकार्य करायला नकार देत होती; परंतु कबीरने तिच्या अहंकारावर योग्य नियंत्रण ठेवले. मात्र, एक मानसशास्त्र जाणणारा प्रशिक्षक म्हणून कबीरने उपांत्यपूर्व सामन्यात बिंदियाचे म्हणणे ऐकून तिला जे पाहिजे आहे ते मान्य करून तो सामना खेळण्यासाठी तिला प्रेरित केले.

कोमल आणि प्रीती या चाली करण्यात उत्कृष्टच होत्या; परंतु त्यांची आपापसात स्पर्धा होती. त्या एकमेकींकडे चेंडू सरकवीत नव्हत्या. कारण त्या प्रत्येकीला दुसरीच्या तुलनेने जादा गुण मिळवायची ईर्षा होती. कबीरने परत एकदा त्यांना समोरासमोर आणले आणि आपापसात हे प्रकरण मिटवायला भाग पाडले. येथे ही आपण दोघीही मुली आहोत हीच भावना त्यांच्या कामी आली आणि कोमलने प्रीतीला अंतिम गोल करू दिला.

## प्रेरणा

प्रेरणेची ताकद, इच्छाशक्ती आणि सातत्य यामुळे कार्यपूर्ती होते. प्रत्येक माणसाला प्रेरित करणारे स्रोत वेगवेगळे असतात- जसे की काही माणसे पैशासाठी काम करतात, काही माणसे प्रतिष्ठेसाठी, तर काही माणसे लौकिकासाठी धडपडत असतात.

'चक दे'मध्येही संघातील प्रत्येक खेळाडूचे अंतिम ध्येय जागतिक करंडक जिंकण्याचे होते तरी त्यांचे वैयक्तिक प्रेरणास्रोत निरनिराळे होते.

अंतिम ध्येय आणि वैयक्तिक प्रेरणा यात समन्वय असायला हवा, यात मेळ असायला हवा, प्रेरणेला पूरक अशी कौशल्ये असायला हवीत यात तर काही शंकाच

नाही. स्पर्धात्मकता आणि सातत्यही हवेच. जेव्हा आपण एखाद्या ध्येयाने प्रेरित होतो तेव्हा आपल्याला संधीची अनेक दारे खुली होतात आणि संकटे आणि अडचणी नाहीशा होतात. मर्यादा आणि साधनांची कमतरता जाणवत नाही. वातावरणातील मर्यादाही धूसर होत जातात.

सुरुवातीला फक्त संघाचे प्रशिक्षक कबीर यांच्याकडेच ज्वलंत प्रेरणा होती. त्यांना स्पष्ट जाणवले, की हॉकीच्या जगात फक्त आपण भारतीय महिला हॉकी संघाचे फक्त प्रशिक्षक म्हणूनच प्रवेश करू शकतो आणि याचे कारण इतर कोणालाही या कामात रस नव्हता. यापेक्षाही महत्त्वाचे म्हणजे आपला महिला संघ जागतिक करंडक मिळण्याच्या क्षमतेचा आहे यावर त्यांचा विश्वास होता. त्याचबरोबर आपली गेलेली प्रतिष्ठा ते परत मिळवू शकणार होते. कीर्ती परत मिळविण्याची मोठीच संधी त्यांना दिसत होती.

कबीरची आपली प्रतिष्ठा परत मिळविण्याच्या वैयक्तिक प्रेरणेची योग्य सांगड भारतीय महिला संघाला जागतिक करंडक मिळवून देण्याच्या उच्च ध्येयाशी समन्वय साधणारे आणि मिळते-जुळते असे हे ध्येय होते.

## प्रेरणेचे मूळ प्रत्येक माणसात वेगळे असते.

संघातील किंवा गटातील प्रत्येक सभासदास वेगवेगळ्या गोष्टींची आवश्यकता असते.

- सगळ्यांत ज्येष्ठ खेळाडू बिंदिया यांना सत्ता आणि प्रभुत्व, वरचढपणा गाजवण्याची गरज होती.
- संघनायक आणि गोलरक्षक विद्या शर्मा यांना नसता डौल आणि कुटुंबाच्या प्रेमाची आवश्यकता होती.
- प्रीती सबरवाल यांना आपल्या प्रियकराला आपले सामर्थ्य दाखवायचे होते. त्याचप्रमाणे त्यांना मोठ्या यशाची, कामगिरीची अपेक्षा होती.

खेळाडू, कर्मचारी आणि प्रशासन यांच्यात मर्यादित प्रेरणा होती. त्यांच्यापैकी कोणालाही आपण सामना जिंकू शकू, असे वाटत नव्हते. यशाचा विश्वास खरं तर नेत्यापासूनच सुरू होतो. खऱ्या नेत्याला स्वतःच्या प्रेरणेची नेमकी जाण असते आणि त्याचा समन्वय तो आपला गटातील प्रत्येक सभासदाच्या वैयक्तिक महत्त्वाकांक्षेशी, त्यांच्या प्रेरणेशी घालत असतो.

कबीर हा उत्कृष्ट डावपेच करणारा होता; परंतु त्यापेक्षा तो मानसशास्त्रज्ञ म्हणून जास्त चांगला होता. भारतीय संघातील प्रत्येक खेळाडूने बरोबर आणलेली मने

कबीरने समजून घेतली होती. त्याच्या प्रवेशाबरोबर त्यांनी आपले राज्य, प्रांत गाव या तीन संकुचित गोष्टींकडे खेळाडूंनी लक्ष देऊ नये याबाबत त्यांनी काळजी घेतली होती आणि स्वतःला भारतीय मानावे, असे आवाहनही केले होते.

## दैदिप्यमान कामगिरीअगोदर दैदिप्यमान विचार हवेत.

नेते हे काळजी घेणाऱ्या पलकांसारखे असतात. त्यांना व्यवहारचातुर्य, विविध हातोट्यांचा वापर करावा लागतो. प्रसंगी कठोर, कधी दयाळूपणे तर कधी कट-कारस्थानाचाही आधार घ्यावा लागतो. तरच ते आपल्या मुलांना, आपल्या प्रशिक्षणार्थींना/खेळाडूंना उत्तम तयार करू शकतात.

दुसऱ्या कोणत्याही गोष्टीपेक्षा उत्तम नेतृत्वगुणाचे पैलू कोणते आहेत, याची शिकवण देतो. त्याच कबीर खानच्या वागण्या-बोलण्यातून स्पष्ट होतात. कबीर हा अतिशय शिस्तीचा, काम देणारा आणि काम करवून घेणारा प्रशिक्षक होता. त्याने आपल्या संघाला प्रचंड मदत केली. संघाची जोपासनाही केली आणि त्यांच्याकडून उत्तम कामगिरी, परिणाम मिळवून दाखविले.

कबीर सुरुवातीला अतिशय कठोर वाटत होता. परंतु जेव्हा विद्याची कौटुंबिक समस्या त्याच्या लक्षात आली तेव्हा त्याने विद्याची रजा मंजूर केली. त्याचप्रमाणे त्याने प्रीतीला एक रात्री आपल्या प्रियकराल भेटायची परवनगीही दिली.

मॅक्डोनाल्डमध्ये मुलींची छेडछाड करणाऱ्यांना त्याने योग्य वेळ साधून धडाही शिकवला.

बिंदिया आणि विद्या यांची स्पर्धा, चढाओढ, चुरस तर जगजाहीरच होती. त्यामुळेच कबीरने बिंदियाला बाजूला टाकले होते, झिडकारले होते; परंतु नंतर त्यानेच जेव्हा त्याच्या लक्षात आले की, बिंदियाच कोरीयाच्या पुरुषांची साखळी मोडू शकते तेव्हा त्याने बिंदियाला प्रेरित केले, उत्साहाने भरले.

जेव्हा अर्जेंटिनाचा संघ अत्यंत कडवी झुंज देतो आहे असे कबीरला जाणवते तेव्हा त्याने बलबीर कौरच्या आक्रमकतेचा उत्तम उपयोग करून घेतला.

## नेत्याने आपल्या संघातील सभासदांना अधिकारही द्यायला हवे. समर्थ बनवायला हवे.

अंतिम सामन्यात कबीरने संघातील खेळाडूंना तुम्ही कसे खेळावे हे अजिबात सांगितले नाही; परंतु छोट्या-छोट्या भाषणांतून त्यांना त्या त्या क्षणाचे महत्त्व समजावून सांगितले.

तरीसुद्धा शेवटच्या पेनल्टी स्ट्रोकसारख्या प्रसंगी तो मार्गदर्शनासाठी हजर

होता. हाताच्या हालचालीतून त्याने विद्याला ऑस्ट्रेलियाचे खेळाडू सरळ चेंडू मारतील हा इशाराही दिला होता.

एका वाक्याप्रसंगी त्याने प्रीती आणि कोमलला की ज्या पुढच्या फळीच्या खेळाडू होत्या त्यांना न रागवता, त्यांच्यावर न चिडता, त्यांना आपापसातील वाद त्यांनीच मिटवावे असे सांगून संघाच्या विरोधात नाही, तर संघाच्या बाजूने खेळ करा, असा इशाराही दिला होता.

## धोके पत्करले तरच मोठे यशही मिळते, हे नेत्याने नेहमीच लक्षात घ्यायला हवे.

कबीरच्या जेव्हा लक्षात आले की, मुलींचा हा संघ जागतिक करंडकाच्या स्पर्धांसाठी जाऊ शकत नाही तेव्हा त्याला मुलींना मुलांच्या संघाविरुद्ध खेळून आपली क्षमता सिद्ध करण्याखेरीज दुसरा मार्ग नव्हता म्हणून त्याने मुलांच्या संघाला सामन्यासाठी आव्हान दिले.

नेत्याचा नैतिकतेचा, मूल्यांचा पाया मजबूत असायला हवा. नुसताच शोषण करणारा नेता कुचकामी ठरतो.

आपल्या प्रशिक्षकाचे प्रेम, मर्जी संपादन करण्यासाठी जेव्हा बिंदिया काहीही करायला तयार होते तेव्हा मात्र कबीर तिला झिडकारतो.

आपले ध्येय गाठल्यानंतर ऑस्ट्रेलियातून जागतिक करंडक मिळवून महिला संघ भारतात परतला. कबीरचे कार्य, विशेष कामगिरीही आता पूर्ण झाली होती. त्यानंतर मिळणाऱ्या प्रकाशझोताचा, प्रसिद्धीचा इन्कार करून कबीरने शांतपणे आपल्या घरी परतणे पसंत केले.

आम्हीही जिंकू – तुम्हीही जिंका, उच्च विचार करा, मोठी स्वप्ने बघा, प्रेरित व्हा आणि प्रेरित करा. संघ म्हणून खेळा, नेत्यासारखे वागा, स्वतःवर श्रद्धा ठेवा.

## १५

# खरा व्यावसायिक / प्रोफेशनल

व्यावसायिक म्हणजे कोण? असा प्रश्न विचारला, तर बहुतेक वेळा व्यावसायिक म्हणजे पदवी आणि प्रशिक्षण घेतलेला माणूस, असेच उतर दिले जाते. म्हणूनच व्यावसायिक म्हटलं म्हणजे आपण डॉक्टर, इंजिनीअर, पायलट, व्यवस्थापक यांच्याकडेच बोट दाखवू. परंतु प्रगत राष्ट्रांत मात्र याची व्याख्या खूपच व्यापक केली जाते. तेथे कोणीही व्यक्ती की जिच्याकडे कामासाठी लागणारे विशेष नैपुण्य आहे, कौशल्य आहे आणि तशी सेवाही तो देतो आहे, मग त्यासाठी त्याच्याकडे शैक्षणिक पात्रता असणे आवश्यक नाही अशा माणसालाही व्यावसायिक मानले जाते. यात विक्रेता, पोलीस, कारागीर, प्लंबर, इलेक्ट्रिशिअन यांचाही समावेश होऊ शकतो. अशा माणसांकडून आपण व्यावसायिक वागणुकीची अपेक्षा करतो आणि क्वचितच आपण त्यांना, अशा माणसांना त्यांचे शिक्षण किंवा प्रशिक्षण काय आहे, ते विचारतो. आपण त्याची पारख त्याच्या वागणुकीवरून आणि कामावरूनच करीत असतो. याचा अर्थ असा, की प्रत्येक व्यवसायात काही स्पष्ट किंवा अस्पष्ट असे नियम असतात आणि व्यावसायिक माणसं ते आत्मसात करून ते प्रत्यक्ष अमलात आणतात. व्यावसायिकाला आपल्या कामाबद्दल आदर, प्रेम आणि आस्था असते.

व्यावसायिकता स्पष्ट करताना श्री. सुब्रतो बागची यांनी सांगितलेली एक मार्मिक गोष्ट इथे नमूद करण्याचा मोह आवरणे केवळ अशक्यच आहे.

खेड्यातील एक महिला घरगुती तंट्यांना कंटाळून अपल्या छोट्या मुलाला घेऊन ते गावं सोडून बंगलोरला येते. एवढ्या मोठ्या शहरात कोणी ओळखीचे ना पाळखीचे. मिळतील ती कामे कामे करायला सुरुवात करते आणि पदपथावरच

आपला संसार थाटते. छोटा महादेव जवळपास भेटतील त्या मुलांबरोबरच खेळत दिवस काढतो. एक दिवस आईला खूपच गंभीर आजार असल्याचे लक्षात येते आणि त्याच्यातच तिचा मृत्यू होतो. महादेवला ही बातमी सांगितली जाते. त्याला काहीच समजत नाही. तो कुतूहलाने विचारतो, की मृत्यू म्हणजे काय? आणि तो आला तेव्हा मी कोठे होतो? महादेव आता पूर्णपणे निराधार झाला होता. आसपासच्या माणसांनी त्याला त्याच्या गावी परत पाठविण्यासाठी पैसे गोळा केले; परंतु महादेवने गावी परत जायला स्पष्ट शब्दांत नकार दिला . मग हॉस्पिटल हेच महादेवचे घर झाले. तो तेथेच घुटमळू लागला. हॉस्पिटलमध्ये गरीब आणि गरजू लोकांना मदत करण्यासाठी नेहमी एक गृहस्थ जातात. त्यांनीच महादेवच्या आईला दाखल करण्यात पुढाकार घेतला होता. त्यांना महादेवची दया आली आणि त्यांनी त्याला आपल्या घरी नेले. ते गृहस्थही महादेवसारखेच एकटे होते. त्यांनीच महादेवचे पालकत्व स्वीकारले. महादेव त्यांच्या बरोबर राहू लागला. आता तर काय त्यांची खोली आणि हॉस्पिटल हेच महादेवचे जग झाले. एक दिवस हॉस्पिटलमध्ये येण्याऱ्या पोलिसांनी दोनशे रुपये महादेवला देऊन एक प्रेत पुरण्याचे काम त्याच्यावर सोपविले. त्याच दिवसी महादेव व्यावसायिक बनला. यापुढे हॉस्पिटल शवागारात बेवारसी प्रेत आले की त्याची विल्हेवाट लावण्याचे कामं महादेवचेच झाले. तो एक घोडागाडी भाड्याने घेऊन स्मशानात जाऊन ही काम अगदी चोख करीत असे आणि सदैव हॉस्पिटलच्या आवारातच घोटाळत राही. हळूहळू त्याने स्वतःचीच घोडागाडी विकत घेतली. पुढे एक दीवस त्याचा घोडाही मेला. मग त्याने एक ऑटोरिक्षा घेतली आणि घोडा हे त्याचे बोधचिन्ह (लोगो) बनले. आतापर्यंत त्याने अनेक प्रेते पुरली आहेत. महादेवचे काम घाण आहे. मानसिक ताण निर्माण करणारे आहे. प्रेताची विल्हेवाट लावण्यासाठी कोणत्याही पदवीची, शिक्षणाची गरज, आवश्यकता नाही. तरीपण हे काम व्यावसायिक आहे आणि महादेवकडे या कामासाठी लागणारे समर्पण आहे. एकाग्रता आहे. काळजी आहे. कळकळ आहे. त्याच्या या गुणांमुळेच, समर्पणामुळेच त्याला खूपच मान्यता मिळाली आहे. गॅस स्टेशनवरून त्याला रिक्षासाठी लागणारा गॅस मोफत मिळतो. कर्नाटकच्या मुख्यमंत्र्यांनी त्याला सन्मानपत्र दिले आहे. सर्व संबंधित त्याच्या या निस्वार्थ सेवेसाठी त्याला धन्यवाद देतात. महादेवला त्याच्या कामाचा अभिमान वाटतो. आजतर त्याचा मुलगाही त्याच्या कामात भागीदार झाला आहे. महादेव उत्तम काम करतो आहे आणि तो उत्तम व्यावसायिकही झाला आहे.

ही कहाणी ऐकल्यावर साहजिकच मनात विचार येतो नुसत्या व्यावसायिक पदव्या घेण्यापेक्षा महादेवकडे कोणते जड गुण आहेत, की तो त्यामुळे औपचारिक

शिक्षण नसूनही व्यावसायिक झाला आहे. ते म्हणजे सुपरवायझरशिवाय काम करणे आणि स्वतःच्या उत्तम कामाचा, परिपूर्ण कामाचा दाखला स्वतःच देणे. पोलीस महादेवला सुपरवायझ करीत नाहीत किंवा महादेव हॉस्पिटलचा कामगारही नाही. त्याला कोणी साहेब नाही किंवा तो आपल्या कामाचा अहवालही कोणाला देत नाही. जेव्हा महादेवला बोलावले जाते तेव्हा तो सरळ शवागारात जातो. मग रात्र असो वा दिवस, ऊन असो वा पाऊस. तो कामासाठी हजर असतो. त्याचे काम भयंकर आहे, घाणेरडे आहे आणि तितकेच अवघडही आहे. कोण केव्हा मरेल ते सांगता येत नाही. तो मृतदेह ज्या स्थितीत असेल त्या स्थितीतच तो त्याला स्वीकारतो. प्रेत ताब्यात मिळाल्यावर महादेव सरळ स्मशानात जातो. ज्या गतीने काम संपवायला हवे त्या गतीने ते संपवितो. प्रत्येक वेळी आवश्यक तजवीज केली आहे याची खात्री करतो. आपण केलेले काम आवश्यकते प्रमाणे केले आहे हे कोणीही तपासणारे नसतानासुद्धा तो जे करायला हवे तसेच करतो. विशेष म्हणजे महादेव आपल्या कामात आवश्यक त्या सुधारणाही करीत असतो. एक दीवस त्याच्या पुढे, ज्या माणसाने महादेवची आई वारल्यानंतर त्याचा सांभाळ केला, त्याला आश्रय दिला त्या माणसाचेच प्रेत आले. ज्या माणसाने देव बनून आपला सांभाळ केला, आपल्याला आश्रय दिला त्याला या स्थितीत बघून महादेव गहिवरला. त्यांना पुरताना आदर म्हणून त्याने फुलांचा हार घातला. तेव्हाच त्याला वाटले आपण पुरत असणाऱ्यांना प्रत्येक प्रेताला फुलांचा हार घालावयास हवा आणि त्याने ती पद्धत सुरूही केली. महादेवला असे वाटते, की प्रत्येकाला मग तो मृत असो वा जिवंत, ते कोण? कुठले? किंवा काय करतात? किंवा त्यांची आर्थिक वा सामाजिक परिस्थिती कशी आहे? हे न बघता प्रत्येकाला मान-सन्मान हा दिलाच पाहिजे.

महादेव क्षणाक्षणाने वाढला. पोहत असणाऱ्या माणसाप्रमाणे जे करणे आवश्यक आहे ते तो करीत गेला. आयुष्य हा उत्तम शिक्षक आहे हे त्याने जगाला दाखून दिले. आई वारल्यावर उद्भवलेल्या परिस्थितीने महादेवला व्यावसायिक बनवले. खरा व्यावसायिक आणि नुसत्या शिक्षणाने होणारा व्यावसायिक यातील फरक दाखवीत खरा व्यावसायिक कसा घडतो, याचे उदाहरण महादेवच्या रूपात मिळते. महादेवचे जीवन म्हणजे आत्मनिरीक्षण करायला लावणारी सत्य कथाच आहे. व्यावसायिकता हा परमोच्च मानवी गुण आहे का? त्याची सुरुवात आपल्या आतूनच होते का? आपण आपले पोट भरत असतानाच आपल्या भोवतालच्या जगाला कसे उपयोगी पडू शकतो, याचे महादेव म्हणजे उत्तम उदाहरण आहे. आपण आयुष्यात आणि संबंधात येणाऱ्या प्रत्येक माणसापासून काहीतरी शिकू शकतो; परंतु ती दृष्टी मात्र विकसित करायला हवी. ज्याच्या कामाच्या गुणवत्तेबद्दल कोणीही विचारणारे नाही तेव्हासुद्धा

उत्तम काम करणे किती काठीण असते. मग एका अडाणी, अशिक्षित माणसाला हे कसे समजले? नुसत्या शिक्षणाने आयुष्याचा उद्देश समजतो का? आपण जे काम करतो त्यात आपण आवश्यक ती खरी व्यावसायिकता आणली, तर आयुष्य खरेच समृद्ध होईल का?

या कथेवर थोडा विचार केला, तर खऱ्या व्यावसायिकात कोणते गुण असायला हवे, हे आपल्याला कळेल आणि ते आपण सर्वसाधारण वातावरणात कसे लागू करायचे, हेपण ठरवू शकू. तीन गुण माणसाला खरा व्यावसायिक बनवू शकतात. ते म्हणजे सुपरवायझरशिवाय काम करण्याची क्षमता, आपल्या कामासाठी आपणच परिपूर्णतेचा दाखला देण्याची क्षमता आणि नेहमीच सचोटीने वागण्याची क्षमता. या मूलभूत क्षमतांबरोबरच खालील बाजूंचाही विचार आवश्यक आहे. खऱ्या व्यावसायिकाला स्वतःच्या क्षमतांची जाणीव असणे आवश्यक आहे. आपली चूक झाल्यास ती कबूल करण्यास त्यांना संकोच होत नाही, जरूर तेथे इतरांची मदत घेतात. त्याचबरोबर ज्या गोष्टी आपल्या मूल्यांत बसत नाहीत किंवा वा आपल्या ध्येयाच्या विरुद्ध आहेत त्या ते करीत नाहीत. आपल्या मर्यादांची त्यांना जाणीव असते. जेव्हा गप्प बसणे आवश्यक नैतिक मर्यादांचे उल्लंघन करते तेव्हा ते बोलतातही. ते आपल्या शरीराची, मनाची आणि आत्म्याचीही योग्य काळजी घेतात. आपले अग्रक्रम वापरून योग्य मूल्य तयार करण्यासाठी ते प्रयत्नशील असतात. खऱ्या व्यावसायिकाला काळाप्रमाणे दूरदृष्टी असते. व्यावसायिकता फक्त एखाद्या कामात किंवा एखाद्या संस्थेपुरतीच मर्यादित नसते, ती त्यांच्या व्यावसायिक जीवनाचा काळ व्यापते याची त्यांना पूर्ण कल्पना असते. आपण घेत असलेल्या निर्णयांचा किंवा नातेसंबंधांचा परिणाम आजवर नाही तर उद्यावर, या आठवड्यावर, या महिन्यावर , या वर्षावर, इतकेच नाही तर येणाऱ्या अनेक वर्षांवर होणार आहे, याचा विचार ते सतत करीत असतात. खरा व्यावसायिक आपल्या कारकीर्दीत होणाऱ्या बदलांना सामोरे जात, त्यांचा विकास करीत स्वीकारही करतात. होणारे बदल ते अपल्या आयुष्यात, संस्थेत, उद्योगात आणि संस्कृतीतही अमलात आणण्याचा प्रयत्न करतात. आपल्या तांत्रिकच नाही, तर व्यवस्थापकीय आणि नेतृत्वातही उत्कृष्ठ कामगिरी त्यांच्याकडून होत असते.

ज्या गोष्टीचे आपल्याला औपचारिक शिक्षण मिळालेले नाही अशाही गोष्टी खरे व्यावसायिक आरामात करीत असतात. आपण सर्वच जाणता, की ज्या कालखंडातून आपण जात आहोत तो खूपच अनिश्चिततेने भरलेला आहे. केव्हाही काहीही होऊ शकते. अपेक्षा न केलेल्या गोष्टी घडतात– जसे की नैसर्गिक आपत्ती, दहशतवादी कारवाया, सामाजिक असंतोष, गुंडगिरी. खरा व्यावसायिक अशा गोष्टी अडथळा

म्हणून नाही, तर संधी म्हणून स्वीकारतात आणि त्यातूनच मार्ग काढत फरक पाडतात. जागतिक घटनांवर त्यांचे लक्ष असते. आजूबाजूच्या माणसांशी त्याचा संबंध आणि सम्पर्कही असतो

भगवद्गीतेतील अठराव्या अध्यायात ४५ सावा श्लोक असा आहे, की

अपुल्या अपुल्या कर्मी दक्ष तो मोक्ष मेळवी
ऐक लाभे कसा मोक्ष स्व-कर्मी लक्ष लाऊनी

आपल्या कामात जो दक्ष असतो त्याला मोक्ष प्राप्त होतो. आपल्या वाट्याला आलेले काम जो मनापासून आणि दक्षतेने करतो, लक्षपूर्वक करतो त्याला आपल्या आयुष्यचे सर्वोत्तम ध्येय म्हणजे मोक्ष अनायसेच प्राप्त होतो. महादेवच्या आयुष्याकडे बघितल्यावर भगवद्गीतेतील वरील श्लोकाची प्रचिती येते नाही का?

# १६

# प्रणाली यशाची

आपण यशस्वी व्हावे असे कोणाला वाटत नाही? आपल्यातील प्रत्येक माणसाला यशस्वी व्हावेच, असे वाटत असते. मग तो रेल्वे प्लॅटफॉर्मवरचा भिकारी असो. संगणक प्रणाली उद्योजक बिल गेट असो वा बुद्धत्वाजवळ पोहचणारा महान साधक असो. उद्दिष्ट काही का असे ना, यश म्हणजे योगायोग किंवा अनपेक्षित घटना नव्हे, तर आपल्या दृष्टिकोनांचा आणि यशासाठी घेतलेल्या योग्य प्रयत्नाचा परिपाक असतो. कितीतरी वेळा आपण पाहतो की, काही माणसे एकामागून एक अडथळे पार करून आयुष्यातील आपले ध्येय गाठतात. बाकीचे मात्र पहिल्याच अडथळ्याशी थबकून पडतात. असे का? बऱ्याच वेळा असे दिसते, की यश म्हणजे काय हे त्यांना कळलेलेच नसते. कुठल्यातरी अस्पष्ट गोष्टीमागे ते नुसते धावत असतात. जेव्हा प्रचंड दमछाक होते तेव्हा शरीराने आणि मनाने निराश होऊन ते योग्य प्रयत्न सोडून देतात. यशप्राप्तीच्या या प्रयत्नात दोन गोष्टी महत्त्वाच्या वाटतात. पहिली गोष्ट– यश म्हणजे नेमके काय हे समजावून घेणे आणि दुसरी– यशाची प्रणाली ठरवून प्रामाणिकपणे ती आचरणात आणणे. यश म्हणजे काय, याची व्याख्या प्रथम पाहू आणि मग योग्य अशा प्रणालीकडे वळूयात.

## यशाची व्याख्या

यश म्हणजे 'उचित ध्येयाच्या दिशेने उद्दिष्टप्राप्तीसाठी करावयाचा सततच्या प्रवासाची अनुभूती.' ही सर्वसाधारण व्याख्या तयार झाली. या व्याख्येतील प्रमुख संकल्पना समजावून घेणे महत्त्वाचे आहे.

'उचित ध्येय' : हा शब्द आपल्या मूल्यप्रणालीशी संबंधित आहे. आपली

मूल्ये, विचार करण्याची दिशा कशी असावी, हे 'उचित' हा शब्द दाखवतो. आपण अवलंबलेले मार्ग योग्य की अयोग्य, हे या शब्दावरून ठरत असते. 'उचित' या ध्येयामुळेच आयुष्याला अर्थ येतो. कृतकृत्यता आणि सार्थकतेची भावना येते. हे नसेल, तर यश फोल ठरते. समाजद्रोह करून प्रचंड संपत्ती मिळवणाऱ्या माणसांची अवस्था आपण बघतोच आहे. एक उदाहरण म्हणून घेऊ- विरप्पन, दाऊद इब्राहीम, ओसामा बीन लादेन अशा किती तरी माणसांची नावे घेता येतील. आयुष्यभर समाजापासून तोंड लपवायची मरमरच शेवटी त्यांच्या वाट्याला आली ना? काय उपयोग अशा संपत्तीचा? तेव्हा यश हे आपलं आणि आपल्या समाजाचही भलं करणारं असायला हवं.

उद्दिष्टे : आयुष्यात ध्येय नसणं म्हणजे 'अर्थशून्य' आयुष्य होय. त्यामुळे आयुष्य सुकाणू नसणाऱ्या होडीसारखं होतं. 'फुटबॉल' चे दोन संघ मोठ्या स्फूर्तीने मैदानात उतरतात; पण तेथे गोलच नसल्यास सामन्याचे काय होईल? उद्दिष्टामुळे आपल्या प्रयत्नात सातत्य येते आणि उत्साह वाढतो.

## सततचा प्रवास

यशाच्या प्रवासात कोणतेही स्थानक नसते. हा प्रवास कोठेही न संपणारा, न थांबणारा असतो. एक यश संपादन केले, की दुसरे पुढे ठेवले जाते.

अनुभूती : यश ही एक अनुभूती आहे. त्यामुळेच ही अनुभूती माणसागणीक वेगवेगळी असणार आहे. कुणाला सर्वसंगपरित्याग करून हिमालयात जाणे यश वाटेल, तर कुणाला हिमालयाएवढी संपत्ती निर्माण करून समाजात राहायला आवडेल. त्यामुळे यश हे क्षेत्र आपल्या वेगवेगळ्या कामांत समान अनुभूती देणारे आहे.

## यशाची प्रणाली

### संगणकीय युग :

आपण सध्या संगणकीय युगात राहतो आहोत. या युगात संगणकाने माणसाच्या आयुष्याला खूपच गती आणली आहे. पूर्वी सामान्य माणसाच्या दृष्टीने अगदी अशक्य वाटणाऱ्या गोष्टी आता आवाक्यात आल्या आहेत. अल्लाउद्दीनच्या दिव्यातील राक्षसासारखा संगणक माणसापुढे हात जोडून आपल्या आज्ञांची वाट पाहतो आहे. त्याला आपलसं करून योग्य पद्धतीने वापरलं, तर यशाची अनेक दालने तो आपल्यासाठी खुली करून देईल. माणूस संगणकाला माणसाच्या मेंदूपेक्षाही ताकदवान बनविण्याची स्वप्ने पाहत असला तरी आज जगातला सगळ्यात बलवान आणि विस्मयकारक संगणक म्हणजे माणसाचा मेंदूच आहे. माणसाचा मेंदू प्रत्येक

सेकंदाला ८०० हून अधिक गोष्टींची नोंद घेऊ शकतो आणि हे तो सतत सुमारे ७० ते ७५ वर्षे न थकता करतो. माणसाचा मेंदू म्हणजे सुमारे १० ते १०० महापद्म (Billons) नोंदी करू शकणारे महान भांडार आहे (Store house). मला माहीत असलेला जगातील सर्वोत्तम संगणक जास्तीत जास्त काही दशलक्ष नोंदी करू शकतो. अर्थात्, यात क्षणाक्षणाला सुधारणा होते आहे, तरी मानवनिर्मित संगणकाला मेंदूशी स्पर्धा करायला अजून बराच काळ लागणार आहे! आज मानवाच्या शक्तीचा संगणक करावयाचा असेल, तर अमेरिकेतील एके काळच्या सर्वांत मोठ्या इमारती इतकी (Empire state building) जागा लागेल आणि तो काही बिलियन वॅट एवढी विद्युत ऊर्जा फस्त करेल. इतक्या प्रचंड शक्तीचा संगणक सृष्टीकर्त्याने आपल्या प्रत्येकाला सहज उपलब्ध करून दिला आहे. आजच्या संगणकाच्या भाषेत उत्तम 'हार्डवेअर' भौतिक साधन आपल्याला अगदी सहज उपलब्ध आहे. तेव्हा यश मिळवण्यासाठी आता फक्त गरज आहे ती 'सॉफ्टवेअरची.' संगणकीय प्रणालीची अर्धेअधिक काम तर आपल्या पित्यानेच केलेलेच आहे. आता आपण या संगणकाचा पुरेपूर उपयोग करण्यासाठी आपली स्वतःची संगणकीय प्रणाली तयार करायला हवी. हे काम जितके उत्कृष्ट होईल तितके उत्कृष्ट यश आपल्याला संपादन करता येईल. आता आपण विचार करणार आहोत तो म्हणजे उत्तमातील उत्तम संगणकीय प्रणाली कशी करता येईल याचा. या प्रणालीतील शिडीवरच्या काही महत्त्वाच्या पायऱ्यांचा विचार आपल्याला करायचा आहे. संगणकीय प्रणाली म्हणजे आपल्याला हव्या असणाऱ्या गोष्टी मिळवून देण्यासाठी संगणकास दिलेले 'आज्ञापत्र'.

## अ) ज्वलंत इच्छा

यशाच्या शिडीवरची पहिली पायरी आहे ज्वलंत इच्छा. जे यश आपल्याला मिळवायचे आहे त्याबद्दल आपले सर्वस्व पछाडणारी ज्वलंत इच्छा आपल्या मनात निर्माण व्हायला हवी. या पहिल्या पायरीला पर्याय नाही. आपले इप्सित साध्य करण्याची तळमळ हीच आपल्याला यशाकडे नेणारी प्रबळ प्रेरणा असते. माणसाच्या मनामध्ये जे रुजतं, माणूस सतत जे मनात आणतो आणि त्यावर विश्वास ठेवतो ती गोष्ट माणूस हमखास साध्य करू शकतो. आत्यंतिक तळमळ हीच कार्यसिद्धीची सुरुवात असते. ज्वलंत, प्रबळ इच्छा नसेल, तर माणसाला भव्यदिव्य असं काहीच साध्य करता येत नाही.

श्री. धीरूभाई अंबानी यांचं उदाहरण याबाबतीत खूपच बोलकं आहे. प्राथमिक शाळेत नोकरी करणाऱ्या शिक्षकाचा हा मुलगा. गुजरातमधील एका खेड्यात बालपण

गेलं. शिक्षण जेमतेम १० वी ११ वीपर्यंत. नोकरीच्या निमित्ताने परदेश प्रयाण. एका पेट्रोलपंपावर नोकरी. मात्र, मोठा उद्योगपती होण्याची ज्वलंत इच्छा. आपली इच्छा प्रत्यक्षात उतरवण्यासाठी घेतलेले अथक परिश्रम. स्वप्नांना दिलेली वास्तवतेची जोड. अवघ्या पत्तीस- चाळीस वर्षांच्या वाटचालीत भारतातला सर्वांत मोठा उद्योगपती होऊन सहा हजार कोटी रुपयांच्या साम्राज्याचा मालक झाला. केवळ दुर्दम्य इच्छेचा परिणाम. दुर्दम्य इच्छा माणसाला कार्यप्रवण करते. सकारात्मक बनवले. सर्व मर्यादा ओलांडून माणूस हवे ते साध्य करू शकतो.

## ब) उद्दिष्टे ठरवा

एक प्रवाशी एका चौकात येऊन थांबला. त्याने तेथे असलेल्या एका वयस्कर माणसाला विचारले, 'हा रस्ता कोठे जातो?' त्यावर त्या वयस्कर माणसाने प्रतिप्रश्न केला. 'तुम्हाला कोठे जायचे आहे?' प्रवाशाचे उत्तर 'मला माहीत नाही.' यावर वृद्धाचे उत्तर- 'मग कोणत्याही रस्त्याने जा. त्याने काय फरक पडतो?' आपल्याला जर विशिष्ट ठिकाणीच जायचे असेल, तर त्या ठिकाणाकडे जाणारा नेमका रस्ताच धरावा लागेल. इप्सित ठिकाणी पोहचण्यासाठी उद्दिष्टे किंवा ध्येये ही अशा नेमक्या रस्त्याचे काम करतात.

द्रोणाचार्यांनी जेव्हा आपल्या विद्यार्थ्यांची धनुर्विद्येची परीक्षा घेतली तेव्हाची गोष्ट आपल्याला माहीतच आहे. द्रोणाचार्यांनी परीक्षा देणाऱ्या पहिल्या विद्यार्थ्याला विचारले 'बाळ! तुला काय काय दिसले?' तो म्हणाला, 'मला झाड, फांद्या, पाने, आकाश आणि पक्षी दिसतो आहे' द्रोणानी विद्यार्थ्याला परत पाठविले. अशी अनेक प्रश्नोत्तरे झाली. जेव्हा अर्जुनाची पाळी आली तेव्हा तोच प्रश्न विचारला गेला. अर्जुनाने उत्तर दिले. 'मला फक्तपक्ष्याचा डोळाच दिसतो आहे.' द्रोणाचार्य म्हणाले ' फार छान! बाण मार. बाण सरळ गेला आणि पक्ष्याच्या डोळ्यात घुसला.

आपल्याला काय करायचे आहे? आणि ते कसे प्राप्त करायचे आहे ? याची योजना करायला हवी, म्हणजे आपल्या प्रयत्नांना दिशा मिळते. आपले ध्येय आपण कोठपर्यंत गाठले आहे याचा अंदाज घेता येतो आणि आपले प्रयत्न केंद्रित होऊन लक्ष्य गाठता येते.

उद्दिष्ट काय याचे अजून एक उदाहरण पाहा. स्वच्छ सूर्यप्रकाश पडला आहे. तुमच्या जवळ एक शक्तिशाली भिंग आहे. ते जर आपण सतत नुसते मागे-पुढे करीत राहिलात तर काय साध्य होणार? त्यापेक्षा भिंगाचा प्रकाश एका बिंदूवर घेऊन त्या खाली कागद ठेवला, तर तो कागद पेट घेईल. ध्येय असणे आणि त्यासाठी नेमके प्रयत्न करणे यांची ही ताकद आहे.

## क) कर्तव्यापेक्षा अधिक काम करा

अ‍ॅड्रचु कार्गेनी हा अमेरिकेत नशीब अजमवण्यासाठी गेलेला एक होतकरू तरुण स्वकर्तबगारीवर खूप मोठा झाला. लोखंड तयार करणारा जगातील एक मोठा माणूस झाला. त्यांच्या मते- जगातील काम करणाऱ्या सर्व माणसांनी वर्गवारी तीन गटांत करता येते. १. आपले कर्तव्यही न करणारी माणसे, २. फक्तकर्तव्यापुरती काम करणारी माणसे आणि ३. आपल्या कर्तव्यापेक्षा थोडे अधिक काम करणारी माणसे. ज्याच्या हाताखालून लाखो माणसे गेलीत अशा या माणसाची शिफारस आहे, की आपल्या आयुष्यात यशस्वी व्हायचे असेल, तर आपण कर्तव्यापेक्षा जास्त काम करायला शिका. यशाची फिकीर करायची गरज नाही. ते आपोआपच आपल्या मागे येईल.

जगप्रसिद्ध जॉर्ज डन्‌लॉप आपल्याला माहीत आहेतच. ते अत्यंत गरीब कुटुंबात जन्मले होते. ते रहात होते तेथे त्यांच्या जवळपास पायाने अधू असणारी एक महिला रहात होती. हालचाल करण्यासाठी ती चाकांची खुर्ची वापरत असे. त्या खुर्चीची चाके लोखंडी होती. त्यामुळे ती जेव्हा जेव्हा हालचाल करी त्या त्या वेळी धक्का लागून तिचा पाय दुखे आणि तिला खूप वेदना होत असत. श्री. जॉर्ज डन्‌लॉप यांना या बाईबद्दल खूप करुणा येत असे. त्याकाळी रबर या पदार्थाचा शोध नुकताच लागलेला होता. श्री. डन्‌लॉप यांना एक कल्पना सुचली. त्यांनी रबराच्या पट्ट्या घेऊन त्या गाडीच्या चाकाभोवती गुंडाळल्या. त्यामुळे गाडीला धक्का लागण्याचे प्रमाण खूपच कमी झाले आणि त्या अपंग महिलेला होणाऱ्या वेदनाही खूप कमी झाल्या. पुढे डन्‌लॉप यांनी या कल्पनेचा विकास करून टायरचा शोध लावला व ते जगातली एक अत्यंत श्रीमंत व्यक्ती झाले.

## ड) अतूट श्रद्धा

आपल्याला काय करायचे आहे, त्याचबरोबर ते कसे करायचे आहे यावर आपली न डळमळणारी श्रद्धा हवी. श्रद्धा म्हणजे पुराव्याशिवाय एखाद्या गोष्टीवर विश्वास ठेवणे नव्हे, तर परिणामांची पर्वा न करता आपल्या ध्येयाचा पाठपुरावा करण्याचे धैर्य दाखवणे होय. मग ही श्रद्धा परमेश्वरावर असो, निसर्गावर असो, आयुष्यावर असो वा आपल्या स्वतःवर असो. ती मोठे काम करून जाते. आपल्याला काय करायचे आहे, त्यावर श्रद्धा ठेवून स्वतःला मदत करा म्हणजे आपल्याला जे व्हायचे आहे ते आपण व्हाल.

## इ) सकारात्मक बना

काही वर्षांपूर्वी डॉ. वसंतराव गोवारीकरांचा सत्यकथेवर आधारित 'कथा दोन महामानवांची' हा लेख वाचला. त्यात ते सकारात्मकतेचे ते एक उत्कृष्ट आणि जिवंत उदाहरण देतात. अर्मेनीया देशात आई, वडील आणि एक मुलगा असे एक कुटुंब रहात होते. वडिलांचा मुलावर अतिशय जीव होता. मुलगा प्राथमिक शाळेत शिकत होता. त्याचेही आपल्या वडिलांवर खूप प्रेम होते. ''बाळ! मी जिवंत आहे तोपर्यंत तुला कधीच अंतर देणार नाही,'' असे बाबा मुलाला नेहमीच सांगत. १८८९ मधील एक दिवस परीक्षा पाहणारा उगवला. बाबा नेहमीप्रमाणे मुलाला शाळेत पोहचवून आपल्या कार्यालयात गेले. थोड्या वेळातच एक अजब आणि प्रलयंकारी घटना घडली. सारा गाव भूकंपाने हादरून गेला. बाबा जीवाच्या आकांताने शाळेकडे धावले. समोरचे दृष्य बघून त्यांच्या पायाखालची जमीनच सरकली. संपूर्ण शाळा जमीनदोस्त झाली होती. अनेक मुलांचेही पालक आपल्या पाल्याचा शोध घेण्यासाठी आले होते. आपण निसर्गकोपापुढे काय करणार ! अशा निराशेने ते घरी परतत होते. परंतु चरित्र नायक बाबा काही सामान्य नव्हते. त्यांनी आपल्या मुलाचा वर्ग कोठे होता त्याचा अंदाज घेतला. त्या जागी टिकाव फावडे घेऊन खणायला सुरुवात केली. अनेक पालकांनी त्यांना समजावयाचा प्रयत्न केला; पण व्यर्थ या बाबांनी त्यांना एकच प्रश्न केला- माझ्या मदतीला येणार का? कोणीही पुढे आला नाही. यांनी मात्र त्यांचा उद्योग चालूच ठेवला. काही वेळाने पोलीस आणि काही सरकारी अधिकारी तेथे आले. त्यांनीही बाबांना समजावयाचा प्रयत्न केला. वेडेपणा करून आपल्या देहाला उगीचच का थकवता आहात? असाच प्रश्न केला. बाबांचे उत्तर ठरलेलेच होते. आपण माझ्या मदतीला येणार का? प्रचंड जिद्दीने पेटून बाबांचे काम चालूच होते. काही प्रयत्नानंतर दोन-तीन मोठे दगड बाजूला झाले. बाबांना एक मोठे भुयार दिसले. बाबांनी माती बाजूला करावयाच्या आपला प्रयत्नांना अधिक जोर लावला आणि काय आश्चर्य! भुयारातून मुलांचा आवाज आला. बाबा मुलाला वर घेण्याचा प्रयत्न करणार एवढ्यात मुलगा म्हणाला- बाबा आधी माझ्या मित्रांना काढा. एका महामानवाचाच मुलगा तो. वडिलांना सांगत होता- मी माझ्या मित्रांना धीर देऊन सांगत होतो. घाबरू नका माझे बाबा जिवंत असतील, तर ते आपल्याला नक्कीच वाचवतील. बाबा तुमच्याबद्दल खात्री असल्यामुळेच आम्ही तग धरला. त्या वर्गातली सगळी मुले वाचली आणि वर्गातून बाहेर आली. हे सकारात्मक विचाराचे जिवंत उदाहरण. माणसे अडचणीला तोंड द्यावे लागले नाही म्हणून यशस्वी होत नाहीत, तर येणाऱ्या प्रत्येक अडचणीवर मात करून यशस्वी होतात.

यश मिळवायचे आहे नं ? मग आपण आपले दृष्टिकोन असेच सकारात्मक ठेवावयास हवेत. त्यासाठी तालीम करायला हवी. सकारात्मक मनोवृत्तीचा आणि प्रेरित राहण्याचा निश्चय रोज सकाळी आपला आपणच करायला हवा. प्रयत्नाची जोड नसेल, तर आपला आशावाद म्हणजे वाळूचा किल्ला ठरेल. दिवास्वप्न बघणं आणि भाबडी आशा बाळगणं व्यर्थच किंवा शक्तीचा अपव्यय करणारं ठरतं.

## ई) विनोदबुद्धी वापरा

आयुष्यात विनोदबुद्धीला अतिशय वेगळे महत्त्व आहे. आयुष्यातील अनेक कठीण प्रसंग विनोदबुद्धीचा वापर करून हलके आणि सुसह्य करता येतात. वाढलेला तणाव कमी करून गंभीर प्रश्नांची उकल शांत वातावरणात नैसर्गिक कौशल्ये आणि बुद्धीचा वापर करीत, उत्तमप्रकारे करता येते. पुढील काही प्रसंग पाहा.

- एका रेल्वे स्टेशनवर एक भिकारी नियमितपणे भीक मागत असे. भिकाऱ्याने हात पुढे केला, की एक प्रवाशीही त्याला नेमाने पैसे देत असे. एक दिवस प्रवाशी त्या भिकाऱ्याजवळ आला आणि बघतो तर भिकाऱ्याचे दोन्हीही हात पुढे. आश्चर्य वाटून प्रवाशाने विचारले कारे! आज दोन्ही हात पुढे? भिकारी उद्‌गारला, साहेब! पहिली ब्रँच यशस्वी झाली म्हणून आता दुसरीही सुरू केली. प्रवाशी खूष झाला आणि भिकाऱ्याच्या हातावर नेहमीपेक्षा जास्त म्हणजे वीस रुपये ठेवून तो पुढे गेला.
- संसदेत दोन संसदपटू होते. एक खूप जाडा होता आणि दुसरा अगदी बारीक. दोघांमध्ये बराच वाद झाला. जाड संसदपटू बारक्याला म्हणला, जास्त हुषारी केलीस, तर मी तुला गिळून टाकीन. त्यावर बारीक संसदपटू शांतपणे म्हणाला 'हो ! तसे केलेस तर तुझ्या डोक्यापेक्षा जास्त मोठा मेंदू तुझ्या पोटात असेल!'
- एका कोर्टात एक खटला चालू होता. एका चोराने एकाच ठिकाणी १२ वेळा चोरी केली होती. न्यायाधीशाने चोराला विचारले, 'काय महाशय! आपण एकाच ठिकाणी १२ वेळा चोरी का केलीत? चोर म्हणाला, 'साहेब, ती एका बँकेची खिडकी होती आणि त्यावर पाटी लिहिलेली होती 'भेटीबद्दल धन्यवाद! पुन्हा या !!' विनोदाला दाद देऊन न्यायाधीश म्हणाले मी आज आपली मुक्तता करतो; पण पुन्हा येथे येऊ नका!
- एका अरूंद रस्त्यावरून एक माणूस जात होता. दुसऱ्या बाजूनेही एक माणूस येत होता. त्याला पाहून पहिला माणूस तोऱ्यात म्हणाला, 'ए मला रस्ता दे !' दुसरा अगदी शांतपणे म्हणला, 'मी आपल्याला तीच विनंती करणार होतो.'

त्यावर पहिला माणूस अजून रागावून म्हणाला, 'मी मूर्खांना वाट देत नसतो समजलं का ?' त्यावर पहिला माणूस तितक्यात शांतपणे म्हणाला 'मी मात्र देतो. आपण प्रथम जावे' विनोदबुद्धी शाबूद ठेवल्यामुळे आपण अशा अनेक तणावात्मक परिस्थितीतून, आपल्या मनाची शांतता कायम ठेवून चांगला मार्ग काढू शकतो. यासाठी विनोदबुद्धी जागृत ठेवा.

## ३) चिकाटी ठेवा, कधीही माघार घेऊ नका

आपल्या सर्वांनाच आयुष्यात आघात सोसावे लागतात. अपयश सोसावं लागत माघार घ्यावी लागते. भगवान श्रीकृष्णही याला अपवाद नव्हते. एखाद दुसरं अपयश आलं, तर आपण काही अपयशी ठरत नाही. बहुतेक माणसं अयशस्वी होतात, कारण ती माघार घेतात.

थॉमस एडिसन हा चार वर्षाचा असतानाच त्याला शाळेतून परत पाठवलं गेलं त्याच्या खिशात चिठ्ठी होती. 'तुमच्या टॉमीला शिक्षणात गती नाही. त्याला शाळेत पाठवू नका.' टॉमीच्या आईने ती वाचली आणि त्या शिक्षकाला लिहिले 'माझा टॉमी नक्कीच शिकेल. मी स्वतःच त्याला शिकवेन.'

हा टॉमी म्हणजेच सुप्रसिद्ध संशोधक थॉमस एडिसन. एडिसनला विजेचा दिवा तयार करण्यात यश मिळालं खरं, पण त्याआधी त्यांना हजारावर अधिक अयशस्वी प्रयोग करावे लागले.

थॉमसच्या आईने चिकाटीने थॉमसला शिकवले नसते आणि थॉमसने काही प्रयत्नातच दिवा तयार करण्याचा नाद सोडला असता तर? आपण मात्र आज अंधारातच राहिलो असतो.

श्री. विन्स्टन चर्चील एक आश्चर्यकारक होते. त्यांना एकदा त्यांच्याच शाळेतील स्नेहसंमेलनाला अध्यक्ष म्हणून बोलावले होते. नेहमीच्या थाटातच ते समारंभाला उपस्थित राहिले. आपला चिरूट तोंडातून काढला आणि सर्व विद्यार्थ्यांपुढे फक्त तीनच वाक्यांचे भाषण त्यांनी केले. आपण अंदाज करू शकता का, कोणती होती ती तीन वाक्यं?

कधीच माघार घेऊ नका ! कधीही माघार घेऊ नका !! कधीसुद्धा माघार घेऊ नका!!

लंबीचौडी भाषणे लोक काही तासांतच विसरून जातात. विसरेल का कुणी हे भाषण? मोजकेच पण आयुष्याला दिशा देणारे हे शब्द.

परमेश्वराने दिलेल्या अप्रतीम, अजोड संगणकाला साजेल अशी योग्य आणि नेटकी संगणकप्रणाली तयार करून जर आपण आपल्या संगणकाला (मेंदूला) दिलीत आणि त्याबरहुकूम प्रयत्नांची शर्थ केलीत, तर अंतिम यश आपलेच आहे.

# १७

## टेलिफोनवर बोलतानाचे शिष्टाचार

१) जास्तीत जास्त तीन रिंग्ज वाजण्याच्या आत फोन घ्या.

२) योग्य अभिवादन करा.

३) संवाद साधा. फक्त एकट्याने बोलू नका.

४) आपले बोलणे आनंददायी ठेवा. यामुळे योग्य संबंध निर्माण होतात.

५) फोनवर हसण्याचा चांगला उपयोग होतो. त्यामुळे आवाजात मार्दवता येते.

६) आपला आवाज आळसटलेला, दमलेला आणि उद्धट नाही ना? याची काळजी घ्या. त्यामुळे संवाद कंटाळवाणा आणि निरस होतो. संवाद नेहमीच उत्साहवर्धक व्हायला हवा.

७) आवाज हलका हवा. चढा आवाज ओरडल्यासारखा वाटतो.

८) संभाषणात हो, हं, असं का, अशा प्रतिसादांचा वापर करा. अन्यथा संवाद तुटल्यासारखा वाटतो, थांबल्यासारखे वाटते. संवाद बोलका असायला हवा.

९) परिस्थिती कशीही असली तरी संवाद मृदू आणि सभ्यतापूर्ण असावा. बोलण्यात शिष्टाचार पाळावेत.

१०) साध्या वाक्यांचा वापर करावा म्हणजे ज्याच्याशी संवाद साधायचा आहे त्याला त्या वाक्यांचा अर्थ समजेल. औद्योगिक परिभाषेचा वापर टाळावा.

११) बोलताना खाणे-पिणे, चघळणे टाळा.

१२) काळजीपूर्वक ऐका.

१३) फोनवर बोलताना येरझारा घालणे किंवा इतर काही काम करणे टाळा. आपली अस्वस्थता ऐकणाऱ्यास कळते.

१४) येणारा किंवा जाणारा फोन ट्रान्स्फर करताना दोन्हीही व्यक्तींबद्दल कल्पना द्या आणि दोघांचीही ओळख करून द्या.

१५) फोनवर दुसऱ्या माणसाला सेकंदांपेक्षा जास्त ताटकळत ठेवू नका. आपण करीत असलेल्या प्रयत्नांची कल्पना द्या.

१६) फोनवर थांबावे लागल्याबद्दल धन्यवाद द्या. बोलणाऱ्या माणसाला आपली दाखल घेतली आहे, असे वाटते.

१७) आपण नसताना आलेल्या फोन्सना, मिस्ड कॉल्सना तत्परतेने उत्तर द्या. आपण घेतलेले निरोप न चुकता/ विसरता योग्य व्यक्तींना द्या.

१८) प्रत्येक फोन हा पहिल्यांदाच येतो आहे, अशा पद्धतीनेच हाताळा.

१९) प्रत्येक फोन हा आपल्या ग्राहकाचाच आहे आणि आपले ग्राहक आपले मित्र आहेत, असेच समजा.

२०) मीटिंग्समध्ये मोबाईल फोन बंद ठेवा अथवा त्याचा आवाज बंद करा.

२१) फोन बंद करताना आपला संवाद पूर्ण झाला आहे ना? याची काळजी घ्या. खात्री करून घ्या. फोन करणाऱ्याचे समाधान झाले आहे ना? याची काळजी घ्या. आपणास अजून काही हवे आहे का? असा प्रश्न विचारा.

२२) फोनवर बोलताना आपण आपल्यातील उत्कृष्ट असा.

१८

# मीटिंग का? आणि कशा?

आधुनिक युगात मीटिंग्ज या जीवनाचा अविभाज्य भाग झाला आहे. कितीही टाळू म्हटलं तरी मीटिंग्ज आता टाळता येणार नाहीत. एखाद्या गटात मीटिंग्ज किती नियमित आणि नियोजनबद्ध घेतल्या जातात यावर त्या गटाचे यश अवलंबून असते. अशा गटाच्या नेत्यांना मीटिंग्जचे नियोजन आणि नियंत्रण या महत्त्वाच्या आणि जबाबदारीच्या भूमिका पार पाडाव्या लागतात. मीटिंग्जचा मुख्य हेतू, प्रश्न किंवा समस्या त्यांची योग्य निवड करणे, अशा समस्येबद्दल योग्य माहिती गोळा करणे, तिचे पृथक्करण करणे, समस्या सोडविण्यासाठी नवनवीन कल्पनांचा शोध घेणे आणि सुचविलेल्या उपायांची योग्य अंमलबजावणी करून कार्यपूर्ततेच्या दृष्टीने त्यांचा पाठपुरावा करणे हाच आहे. उत्तम मीटिंग्जमुळे कामासाठी सभासदांची बांधीलकी निर्माण करता येते. त्याचबरोबर संघभावना मजबूत होते. सभासदांमध्ये मी हे करू शकलो नाही; परंतु आम्ही हे करू शकू, या भावना दृढ होतात.

नेता (अध्यक्ष) हा मीटिंग्जचे समर्थ नेतृत्व करतो. मीटिंग्ज रोचक कशा बनतील आणि डोळ्यासमोर ठेवलेल्या उद्दिष्टाप्रमाणे त्या कशा चालतील हे बघणे मीटिंग्जच्या अध्यक्षांचे प्रमुख काम आहे. अध्यक्षांना खात्री करून घ्यावी लागते की, आपल्या कार्यगटाची उद्दिष्टे साध्य करून घेण्याच्या दृष्टीने मीटिंग्जचे काम होते आहे की नाही? अध्यक्षांना मीटिंग्ज योग्य पद्धतीने आयोजित करता याव्यात यासाठी खालील काही सूचना उपयुक्त पडतील.

१) मीटिंगसाठी उपस्थिती आवश्यक असणाऱ्या सर्व सभासदांना मीटिंगची जागा, वेळ आणि चर्चिले जाणारे विषय याबद्दल योग्य काळ अगोदर माहिती देणे आवश्यक आहे.

२) मीटिंगपूर्वी योग्य पूर्वतयारी उपयुक्त ठरते.

३) मीटिंगसाठी जागेचे आगाऊ आरक्षण.

४) मीटिंग वेळेवरच सुरू व्हायला हवी.

५) मीटिंगच्या सुरुवातीला विषयपत्रिकेबद्दल थोडी माहिती देणे.

६) अध्यक्षांनी उपस्थित प्रतिनिधींना चर्चेत भाग घेण्यास प्रोत्साहन द्यावे. त्याबरोबरच चर्चा थंडावली जात असताना विचारण्यायोग्य प्रश्नांची यादी आपल्याजवळ तयार असावी.

७) अबोल प्रतिनिधींना चर्चेत भाग घेण्यास प्रोत्साहन दिले जावे. अशावेळी त्यांना सोपे प्रश्न विचारावेत म्हणजे त्यांची भीड चेपते आणि ते सहजपणे चर्चेत भाग घेऊ लागतात.

८) अवास्तव बोलणाऱ्या प्रतिनिधींनवर हुषारीने नियंत्रण ठेवता आले पाहिजे.

९) कोणत्याही प्रश्नांची उत्तरे शोधताना सर्व बाजूंनी विचार करून, त्यांची साधक-बाधकता लक्षात घेऊनच स्वीकारावीत.

१०) कोणत्याही प्रकारचे मौन याचा अर्थ संमती असा घेण्यात येऊ नये. प्रत्येक प्रतिनिधीची अधिकृत संमती विचारली जावी.

११) ठरावीक वेळेपर्यंत झालेल्या चर्चेचा सरांशात्मक आढावा घ्यावा. यामुळे तीन फायदे होतात. उशिरा येणाऱ्यांना मीटिंगमध्ये काय झाले ते समजते. अजून कोणते मुद्दे राहिले आहेत, ते लक्षात येते. चर्चेवर नियंत्रण आणून मीटिंग योग्य गतीने आणि योग्य वेळी संपविता येते.

१२) योग्य उद्दिष्टे विचारात घेऊन चर्चेचा वेग ठेवावा. फळा आणि तक्ते यांचा वापर करावा.

१३) मीटिंगच्या वेळी चर्चा झालेल्या विषयांतील महत्त्वाचे मुद्दे लिहून ठेवणे जरुरीचे आहे.

१४) मीटिंगच्या समारोपाच्या वेळी घेतलेले निर्णय आणि अपेक्षित कृती यांची सर्व सभासदांच्या माहितीसाठी पुन:उजळणी करण्यात यावी आणि मीटिंगची पुढील तारीख जाहीर करावी.

१५) मीटिंगमध्ये घेतल्या गेलेल्या निर्णयांचा आणि करावयाच्या कृतीचा लेखी तपशील (मिनीट्स) मीटिंगनंतर एक, दोन दिवसात सभासदांना पाठवावा. त्यात कोण सभासद कोणत्या कामास जबाबदार आहेत, ते काम त्यांनी कधीपर्यंत पूर्ण करणे अपेक्षित आहे याचा उल्लेख असावा.

## मीटिंगच्या नेत्याच्या जबाबदाऱ्या

- मीटिंगचे नियोजन आणि संयोजन करणे.
- सभासदांना मीटिंग घेण्यामागचा हेतू आणि सभासदांकडून असणाऱ्या अपेक्षा समजावून सांगणे.
- सर्व सभासदांचा सहभाग निर्माण करणे तसेच सर्व सभासदांना सहभागी करून घेणे.
- महत्त्वाच्या मुद्द्यांची फलकावर नोंद करणे आणि इतरांनादेखील तसे करण्यास प्रोत्साहित करणे.
- मीटिंगची योग्य दिशेने वाटचाल होण्यासाठी योग्य ती माहिती मिळविणे.
- चर्चिलेल्या मुद्द्यांची थोडक्यात उजळणी करणे.
- जरूर पडल्यास योग्यवेळी आपल्या अधिकाराचा उपयोग करणे.
- सर्वानुमते निर्णय घेणे. बहुमत किंवा एकमत टाळावे.
- कामे आणि जबाबदाऱ्यांचे योग्य वाटप करणे.

## बसण्याची (बैठकीची) व्यवस्था

१) संवाद चालू असताना एकमेकाच्या चेहऱ्यावरील हावभाव बघता यावेत. आपल्या संवादापेक्षा देहाबोलीचे हावभाव अधिक प्रभावी आणि खरे असतात.

२) आपापसातील चर्चा शक्य व्हावी.

३) सहभागास उत्तेजन मिळेल अशी व्यवस्था असावी.

## मीटिंग्जमध्ये भेटणाऱ्या या प्राण्यांपासून सावध राहा

- शिकारी कुत्रा : सगळ्यांवर धावतो.
- घोडा : सर्व काही स्वीकारतो.
- माकड : सर्वज्ञाचा भास आणते.
- बेडूक : निरर्थक ओरडतो.
- हरीणी : लाजरी, क्वचितच तोंड उघडते.
- साळींदर : नेहमीच विरोध करतो.
- पाणघोडा : प्रतिक्रियाहीन, बहुमतात सामील होतो.

- जिराफ : अतिशय बुद्धिमान प्राणी
- कोल्हा : असंख्य प्रश्नांची सरबत्ती
- ससा : भित्रीभागुबाई

# यशस्वी मीटिंगसाठी उपयोगी मुद्दे

अ) मीटिंग्जपूर्वी

- मीटिंगची काळजीपूर्वक योजना करा. पुढील प्रश्न विचारा– कोण? काय? का? कसे? केव्हा? आणि किती?
- विषयपत्रिका तयार करा आणि मीटिंगपूर्वी ती सर्वांना पाठवा.
- अगोदर येऊन सर्व व्यवस्था बरोबर झाली आहे याची खात्री करून घ्या.

आ) मीटिंग्जच्या सुरुवातीला

- वेळेवर सुरुवात करा.
- सभासदांची आपापसात ओळख करून द्या आणि मीटिंगमध्ये त्यांच्याकडून काय अपेक्षा आहेत, हे स्पष्ट करा.
- प्रत्येकाचा कार्यभाग अगदी स्पष्ट असू द्या.
- विषयपत्रिकेचा आढावा घ्या आणि त्यात योग्य त्या सुधारणा करा.
- वेळेचे स्पष्ट बंधन घाला.
- पूर्वी ठरलेल्या कामाचा आढावा घ्या.

क) मीटिंग सुरू असताना

योग्यवेळी, योग्य त्याच मुद्द्यांवर, योग्य त्याच पद्धतीने लक्ष केंद्रित करा.

# ड) मीटिंगच्या शेवटी

- मीटिंग वेळेवर संपवा.
- मुद्देसूद कामाची योजना तयार करा.
- मीटिंगमध्ये काय झाले ते सर्वांच्या लक्षात राहावे म्हणून परत एकदा सांगा
- पुढील मीटिंगची जागा, तारीख, वेळ आणि सर्वसाधारण मुद्दे यांची प्राथमिक यादी करा.
- मीटिंगचे मूल्यमापन करा.

- मीटिंगचा शेवट गोड आणि आशादायक करा.
- मीटिंगची जागा स्वच्छ करा आणि तेथील व्यवस्था पहिल्यासारखी करा.

## इ) मीटिंगनंतर

- सभासदांना त्यांच्या कामाचे स्मरणपत्र पाठवा.
- ठरविलेल्या कामाचा आढावा घ्या आणि पुढील मीटिंगची तयारी करा.
- पुढील मीटिंगची विषयपत्रिका सर्व संबंधितांना पाठवा.

## ११

# उत्पादकता आणि वेळेचे व्यवस्थापन

देशाची प्रगती मोजण्याचे उत्पादकता हे महत्त्वाचे परिमाण आहे. वेळेचे योग्य व्यवस्थापन केल्यास आपोआपच वैयक्तिक उत्पादकता वाढते. या लेखात उत्पादकता म्हणजे काय आणि वेळेचे व्यवस्थापन म्हणजे काय? हे आपण पाहणार आहोत. बऱ्याच वेळा उत्पादन म्हणजेच उत्पादकता असा समज असतो, जो चुकीचा आहे.

**उत्पादन :** एखादी वस्तू किंवा सुविधा निर्माण किंवा उपलब्ध करण्याच्या प्रक्रियेला 'उत्पादन' असे म्हणतात.

**उत्पादकता :** रोजच्या जीवनात लागणाऱ्या वस्तू किंवा सुविधा किती प्रमाणात उपलब्ध आहेत, यावर माणसांचे 'राहणीमान' अवलंबून असते. ज्या समाजात त्या विपुल असतात तो समाज श्रीमंत समजला जातो. राहणीमानाचा संबंध राष्ट्रीय उत्पन्नाशी असतो. राष्ट्रीय उत्पन्न आणि पर्यायाने राहणीमान वाढविणे हे देशाचे ध्येय असते. राहणीमान वाढविण्यासाठी जास्तीतजास्त उत्पादन कमीतकमी साधनसामग्री वापरून करणे आवश्यक असते. उपलब्ध साधनसामग्री व मानवी श्रम यांचा अपव्यय टाळून अधिक परिणामकारक उपयोग करणे याला उत्पादकता, असे म्हणतात.

आता आपण काही उदाहरणे पाहू.

एका कारखान्यात दरदिवसाला १० कामगार ५० मोटारी बनवतात. ती संख्या वाढवून जर दरदिवसाला ६० मोटारी बनू लागल्या आणि हे करण्यासाठी त्यांनी दोन माणसे अधिक घेतली, तर जरी उत्पादन वाढले तरी उत्पादकता मात्र तीच राहिली. कारण दरडोई उत्पादन हे पाचच राहिले. मात्र, माणसे तेवढीच ठेवून जर प्रतिदिनी ६०

गाड्या तयार होऊ लागल्या, तर मात्र उत्पादकता वाढली. उत्पादकता हे जीवनाचे आवश्यक अंग आहे. उत्पादकता ही संकल्पना जीवनातील प्रत्येक क्षेत्रात लागू होते. उदा. कामावर जाणाऱ्या दोघा कर्मचाऱ्यांकडे स्कूटर्स असतील तर १५ दिवस एकाची स्कूटर आणि १५ दिवस दुसऱ्याची असा स्कूटरचा वापर केल्यास इंधनाचा पर्यायाने पैशाचा काटेकोर वापर केला जातो व उत्पादकता वाढते.

उद्योगधंद्यांना लागणाऱ्या कच्च्या मालाची किंमत सतत वाढत असते; परंतु त्या प्रमाणात उत्पादनाची किंमत सतत वाढविणे इष्ट नसते. म्हणून उत्पादकता वाढविणे आवश्यक ठरते.

गेल्या काही वर्षांत सरकारच्या धोरणात बदल झाल्यामुळे आता बाजारपेठेचे स्वरूप बदलले आहे. विक्रेत्यांच्या बाजारपेठेचे रूपांतर ग्राहकांच्या बाजारपेठेत झाले आहे, (सेलर्स मार्केट इज चेंज्ड टू बायर्स मार्केट) त्यामुळे वस्तूंच्या, सेवेच्या गुणात्मकतेत वाढ आणि उद्योगांमध्ये स्पर्धा वाढली आहे.

कामगारवर्गाचे सहकार्य व कार्यक्षमता यावर कारखान्यांची वा सेवा देणाऱ्या संस्थांची उत्पादकता खूप प्रमाणात अवलंबून असते. सुपरवायझरचे मार्गदर्शन व उच्च अधिकाऱ्यांची प्रेरकशक्ती याही महत्त्वाच्या असतात.

'युरोपियन उत्पादकता परिषद' यांची उत्पादकतेची व्याख्याः 'उत्पादकता' ही एक मानसिक प्रवृत्ती आहे. ही सध्या अस्तित्वात असलेल्या गोष्टीमध्ये सतत सुधारणा करीत राहण्याची प्रगतीशील विचारधारा आहे.''अशी दिली आहे. उत्पादकता हा एखादी गोष्ट कालच्यापेक्षा आज चांगल्या रीतीने करण्याचा एक खात्रीलायक आणि सततचा मार्ग आहे. नवीन पद्धती व तंत्रे यांचा सतत उपयोग करण्याचा प्रयत्न आहे. यामुळे मानवाचा प्रगतीवरील विशास दृढ होतो.

आता आपण वेळेचे व्यवस्थापन म्हणजे काय, ते पाहू.

वेळ ही एक विलक्षण गोष्ट आहे; परंतु पैशासारखा तिचा संचय करता येत नाही. वस्तूंसारखी ती साठवता येत नाही, यंत्रासारखी हवी तेव्हा चालू किंवा बंद करता येत नाही किंवा सुट्या भागांसारखी पाहिजे तेव्हा बदलताही येत नाही. एकदा गेलेला वेळ कायमचाच जातो. त्याचा वापर करता येत नाही म्हणूनच त्याच्या व्यवस्थपनाला महत्त्व आहे. ज्यांच्याकडे वेळ भरपूर आहे त्यांना वेळेच्या व्यवस्थापनाची जरुरी नाही. परंतु ज्यांना उपलब्ध वेळ कमी वाटतो, त्याचा चांगला उपयोग करून घेण्याची इच्छा आहे त्यांना वेळेचे व्यवस्थापन उपयुक्त वाटेल.

खऱ्या अर्थी आपण वेळेचे व्यवस्थापन करू शकत नाही, तर आपण आपले व्यवस्थापन व्यवस्थित करू शकतो आणि त्यातून वेळेचे व्यवस्थापन साधू शकतो.

म्हणजेच आपली उद्दिष्टे गाठण्यासाठी वेळेचे व्यवस्थापन म्हणजेच आपण केलेले स्वतःचे व्यवस्थापन होय.

संस्थेचे नियोजन करणाऱ्यांकडून बऱ्याच वेळा खालील वाक्य ऐकू येते. 'मला माझे दैनंदिन काम करण्यास मुळीच वेळ मिळत नाही. दिवसाचे चोवीस तासही अपुरेच पडतात.' आपणा सर्वांची बुद्धिमत्ता, कौशल्ये आणि व्यक्तिमत्त्वे वेगवेगळी असली तरी निसर्गाने आपणा सर्वांनाच प्रत्येक दिवसात सारखाच वेळ दिला आहे. त्यात कोणताही भेदभाव नाही. वेळ हा सर्वांसाठी एकाच गतीने म्हणजे तासाला साठ मिनिटे याप्रमाणे जात असतो. वेळेच्या व्यवस्थापनातील पायऱ्या :

१) आपल्या दैनंदिन वेळापत्रकाची नोंद करा व त्या नोंदीचा अभ्यास करून त्यात आपला वेळ कोठे वाया जातो आहे, याची दखल घ्या.

२) आपल्या पुढील कामाचे नियोजन करा. भविष्यात आपल्याला केव्हा काय करावयाचे आहे त्या कामाचे एक वेळापत्रक करा. पहिल्या टप्प्यात लक्षात आलेल्या वेळ खाणाऱ्या गोष्टी त्यात टाळा. वेळेच्या अपव्ययावर योग्य नियंत्रण आणा.

३) ठरविलेल्या गोष्टी वेळापत्रकाप्रमाणे होतात की नाही, यावर लक्ष ठेवा. त्यात जरूर व योग्य ते बदल करा. आपण वेळापत्रकावरून ठरवलेली कार्यवाही होत आहे ना यावर नियंत्रण ठेवा.

नियोजन : उपलब्ध वेळाचा योग्य व परिणामकारक वापर करावयाचा असेल, तर वेळेचे नियोजन करणे आवश्यक आहे. नियोजनात आपण केव्हा काय करणार याचे वेळापत्रक तयार करावे. अर्थात्, वेळापत्रक फार कडक न ठेवता त्यात अनपेक्षित व आणीबाणीसाठी जरूर तो बदल करण्यासाठी योग्य ती लवचिकता असावयास हवी. योग्य नियोजनामुळे आपण वेळेचा अपव्यय टाळू शकतो. योग्य नियोजनासाठी आपण आपला वेळ कसा वापरतो याचे पृथक्करण करणे आवश्यक आहे. त्यामुळे सध्या आपण कोणत्या कामासाठी किती वेळ द्यावा, कोणते काम आपण इतरांकडून करून घेऊ शकतो हे स्पष्ट होते व त्यातूनच विनाकारण वाया जाणारा वेळ आपण जरुरीच्या कामासाठी वापरू शकतो. त्यामुळेच वेळेच्या वापरात व आपल्या कामात योग्य शिस्त येऊ शकते. यासाठी प्रथम अगदी साधे तंत्र आपण वापरू शकतो. एक आठवडा आपण वेळ कसा वापरतो याची अर्धा-अर्धा तासाच्या टप्प्यात साधी नोंद करावी. या नोंदीच्या अभ्यासातून खालील गोष्टी स्पष्ट होतील. १) मी किती संघटित आहे? २) माझे दृष्टिकोन व सवयी कशा आहेत? ३) माझ्या व्यक्तिमत्त्वाची काय वैशिष्ट्ये आहेत? वेळेच्या व्यवस्थापनाची पहिली पायरी म्हणजे आपल्याला

काय करावयाचे आहे हे ठरवा व सर्व कामाची एक यादी तयार करा. नंतर त्या कामाचा क्रम ठरवा. त्यासाठी पुढील गोष्टींचा उपयोग करा.

१) तातडीची गरज २) कामाचे महत्त्व ३) इतर कामाशी आपण करणार असणाऱ्या कामाचे नाते ४) काम पुरे करण्यास लागणारा वेळ ५) मानवता. या सर्व गोष्टींचा समन्वय साधणे हे वेळेच्या नियोजनातील महत्त्वाचे कौशल्य आहे.

पॅरेटोचे तत्त्व : १९०६ साली पॅरेटो या इटालियन अर्थशास्त्रज्ञाने बराच अभ्यास करून असा सिद्धान्त मांडला की, राष्ट्रीय संपत्तीच्या ८० टक्के संपत्ती ही २० टक्के व्यक्तीकडेच एकवटलेली असते आणि बाकी २० टक्के संपत्ती ८० टक्के लोकांत विभागलेली असते. व्यवहारात सांगायचे तर 'महत्त्वाचे थोडे व क्षुल्लक फार' हा या सिद्धान्ताचा अर्थ आहे. वेळेच्या व्यवस्थापनासंबंधी बोलायचे तर असे म्हणता येईल की, कमी महत्त्वाच्या गोष्टींवर आपण ८० टक्के वेळाचा वापर क रून २० टक्के परिणाम मिळवतो, तर महत्त्वाच्या गोष्टीसाठी आपण फक्त २० टक्के वेळ घालवतो व त्यामुळे आपल्याला वेळ पुरत नाही. या सिद्धान्ताचा वापर करून महत्त्वाची कामे कोणती हे आपण स्पष्ट समजू शकतो व त्याचा वापर योग्य नियोजनात होऊ शकतो. वेळेच्या त्या उपयोगात योग्य नियंत्रण आणण्यासाठी पुढील गोष्टींची मदत होईल.

१. उद्दिष्टे ठरवा व त्यांची क्रमवार यादी करा. २. आज काय करावयाचे आहे त्याची यादी करा. लेखी यादी ठेवा,. ३. आताच्या वेळेचा मी कसा सदुपयोग करू हा विचार करा. ४. एक कागद एकदाच हाताळा. ५. आताचे काम आताच करा. ६. लक्षपूर्वक ऐकण्यास शिका. ७. प्रतीक्षा, वेळ ही देणगी समजा

## वेळ वाया घालविणाऱ्या गोष्टी

कोणत्या गोष्टीत आपला वेळ जातो, याचा अभ्यास करणे उपयुक्त ठरेल. त्यातूनच आपल्याला वाया जाणाऱ्या वेळेवर नियंत्रण मिळविता येईल. खालील गोष्टींकडे लक्ष द्या. त्या आपला वेळ कसा वाया जातो हे दाखवतील.

### अ) नियोजन

१)उद्दिष्टांचा अभाव २) वेळापत्रकाचा अभाव ३) अस्पष्ट वा बदलता क्रम ४) काम अर्धवट सोडणे ५) बेशिस्त ६) सततची आणीबाणी ७) फाजील आत्मविशास

### ब) कार्यपद्धती

१)अव्यवस्थितपणा २) कामाची पुनरावृत्ती ३) जबाबदारीतील गोंधळ

आयुष्य आनंदात घालविण्यासाठीचा वेळ दिवसेन्दिवस कमी होतो आहे:

परंतु आठवड्यातील कामाचे तास मात्र वाढत आहेत, असे एका पाहणीत आढळून आले आहे. एकीकडे हे चित्र दिसते आहे, तर दुसरीकडे अतिशय व्यग्र उद्योजक आपल्या उत्तुंग कामाच्या व्यापात असूनही आपल्या कुटुंबासाठी योग्य वेळ देतात. समाजकार्यास वेळ देतात व आपले छंदही जोपासतात. अशी काही व्यग्र माणसे व उद्योजकमित्रांकडून गोळा केलेला हा उपदेश.

## १. योजना करा

अपरिचित रस्त्यावरून फिरताना आपण नकाशा घेतल्याशिवाय प्रवास करू काय ? वेळेच्या व्यवस्थापनातील सर्वच तज्ज्ञ हे मानतात की, आपण जेव्हा भविष्याच्या योजना करीत असतो ते क्षण आपल्या आयुष्यातील सर्वांत महत्त्वाचे आणि उत्पादक क्षण असतात. आपल्या असे लक्षात येईल की, जेव्हा आपण भावी योजना आखण्यासाठी काही मिनिटे घालवतो तेव्हा तेव्हा आपण भावी अंलबजावणीतील काही तास तर नक्कीच वाचवत असतो. शिवाय मेंदूला अनेक गोष्टी लक्षात ठेवण्याच्या ताणापासूनही मुक्त करीत असतो. अनेक कामांत जेव्हा आपण व्यग्र असतो तेव्हा या गोष्टी लिहून ठेवा आणि मेंदूला जास्त उत्पादक व कल्पक कामासाठी मोकळे ठेवा.

प्रत्येक दिवशी आज काय करायचे याची यादी तयार करा. आपल्याजवळ दहा किंवा त्यापेक्षा कमी गोष्टी करावयाच्या असतील तेव्हा आकड्यानुसार क्रमवारी ठरवा; पण जेव्हा कामाची यादी यापेक्षा बरीच मोठी होते तेव्हा अ, ब आणि क म्हणजेच महत्त्वाचे, सर्वसाधारण व कमी महत्त्वाचे, असे तीन गट करा. यासाठी वेगवेगळ्या रंगांचाही उपयोग करता येईल. आपल्या वेळेचे योग्य नियोजन करीत कार्यालय, घर व समाजकार्यात हिरिरीने भाग घेणारे आणि महत्त्वपूर्ण भूमिका निभावणारे अनेक महिला व पुरुष मला माहीत आहेत.

## २. आपला कार्यक्षम वेळ योग्यप्रकारे वापरा

महत्त्वाचे काम करण्यास योग्य काळ कोणता ? एका वैद्यकीय अभ्यासात खालील निष्कर्ष काढला आहे. माणसाच्या शरीराचे सर्वसाधारण तापमान दिवसभरात साधारणतः तीन अंशानी कमी–जास्त होते. या बदलणाऱ्या तापमानाचा आणि माणसाची कार्यक्षमता आणि त्याच्या मनाची चंचलता यांचा विशिष्ट संबंध आहे. कामाच्या कार्यक्षमतेत त्यामुळे बदल होतो.

सकाळी जाग आल्यावर नुसतच अंथरुणात पडून राहिल्याने आपला उत्पादक वेळ विनाकारण वाया जातो. खूप वर्षांपूर्वीच मी एक युक्ती शिकलो की, जाग आल्याबरोबर आळसात लोळत न पडता ताबडतोब उठायचं. या सवयीमुळे दररोज

माझी ३० ते ४० मिनिटे वाचतात. एका खूप व्यस्त माणसाने मला ही युक्ती सांगितली की, त्याला जाग आल्यावर पटकन तो अंथरुणातून बाहेर पडतो. आंथरुणात पडून राहणे म्हणजे आपल्यासमोर वाढून ठेवलेल्या गोष्टींचा सामना पुढे ढकलणेच नव्हे का? या लोळण्यात खरी विश्रांतीही मिळत नाही आणि वेळ मात्र जातो. सकाळचा वेळ काम करण्यासाठी अगदी उत्तम असतो. त्यानंतरचा काळ सर्वसाधारण निर्णयप्रक्रियेस योग्य असल्यामुळे उत्पादक व महत्त्वाच्या बैठकांचे आयोजन या वेळेत करणे योग्य असते. त्यानंतरच्या काळात ऊर्जेची पातळी खाली जाते. हा काळ वामकुक्षीस योग्य असतो. साधारणतः दुपारी २ ते ३ ह्यावेळी वेदना, संवेदना कमी होऊ लागतात. पुढील काळात स्नायुबळ उत्तम राहते. नंतर शरीर शिथिल होऊ लागते. मनही खूप स्वस्थ होते. रात्री १ ते पहाटे ३ शरीर व मनाची सतर्कता अत्यंत कमी होऊ लागते. हा सर्वसाधारण अनुभव सांगितलेला आहे. तो व्यक्तीप्रमाणे बदलतो. वरील माहितीचा वापर करून असा धडा शिकायचा, की आपले अवघड काम आणि कल्पक विचार यासाठी उच्च उत्पादक तास म्हणजेच सकाळचा वेळ वापरण्यात यावा. तर कमी उत्पादक तासांचा वापर वर्तमानपत्राचे वाचन, स्वच्छता, आलेल्या कागदपत्राचे वर्गीकरण आणि काही व्यक्तींच्या भेटीगाठी यासाठी विचार करावा. अशाप्रकारे आपली मानसिक स्थिती ओळखून आपण वेळेचा सुंदर उपयोग करू शकतो.

## ३. टेलिफोनशी मैत्री करा

टेलिफोन हे असं गमतीदार उपकरण आहे, की ते खूप वेळ वाचवू शकते किंवा प्रचंड वेळ वायादेखील घालवू शकते. या उपकरणावर बोलावयाच्या वेळेवर योग्य नियंत्रण, बंधन घालून घ्या. मग आपली मर्यादा संपताच पलीकडील माणसाला योग्य इशारा द्या. 'संभाषण संपण्यापूर्वी' असे वाक्य आपल्याला वापरता येईल.

आपण दुसऱ्याला फोन करण्यापूर्वी, आपण हा फोन कशासाठी करीत आहोत याचे उद्दिष्ट स्पष्ट असू द्या. आपल्याला एकापेक्षा जास्त विषयांवर संभाषण करायचे असल्यास त्याची यादी जवळ ठेवणे हिताचे ठरते, म्हणजे काही मुद्दे राहून जात नाहीत. संभाषण योग्य मार्गावर राहण्यास त्याची मदत होते. व्यस्त माणसे तडक मुद्दावर बोलणे, चर्चा करणे पसंत करतात. आपण नेहमी फोन करतो त्या व्यक्ती केव्हा थोड्या मोकळ्या असतात याची यादी ठेवा. शक्यतो अगोदर वेळ ठरवून फोन करणे सर्वांत उत्तम. माझा एक स्नेही मोबाईल करण्याआधी एस्.एम.एस्. पाठवतो.

## ४. पूर्वनियोजित वेळ न ठरवता येणारे लोक

अनेक व्यवस्थापकांना माझी केबिन सर्वांसाठी नेहमीच खुली असते, असे म्हणण्यात मोठा अभिमान वाटतो. असे व्यवस्थापक बहुदा अनेक सुसंवाद, चर्चा निर्माण करतात; परंतु त्यातून फारशी ठोस कामे मात्र करू शकत नाहीत.

अगदी खुली अथवा अगदी बंद केबिन यामधील सुवर्णमध्य म्हणजे अर्धवट उघडी केबिन. याचा अर्थ व्यवस्थापक कुणालाही केबिनमध्ये येऊ देत नाही. मात्र, तातडीची गरज असल्यास कुणालाही आत प्रवेश दिला जातो. आपल्या भरगच्च कार्यक्रमात कोणी अनपेक्षित माणूस आल्यास त्याची क्षमा मागून योग्यवेळी त्याला परत बोलवावे हे हिताचे ठरेल. मात्र, ही वेळ आपल्या कमी कार्यक्षमतेची व कमी व्यग्रतीची असावी.

## ५. कागदपत्रांची क्रमवारी ठरवा

आपण आपल्या दैनंदिन जीवनातील अनेक तास लिहीणे, वाचणे, फाईलिंग करणे व कागदांची शोधाशोध करणे यात आणि अशा कागदोपत्री कामात घालवत असतो. नंतर कधीसुद्धा अशा फाईल केलेल्या कागदांकडे ढुंकूनही बघत नाही. या समस्येवर मात करावयाची असेल, तर आपल्या कागदपत्रांची तीन गटांत विभागणी करता येईल ती अशी : १. काम करावयाची कागदपत्रे (ज्यात स्वतः किंवा इतरांकडून काम करवून घ्यावयाचे असते) २. वाचायची कागदपत्रे (शक्य होईल तेव्हा यातील माहिती ग्रहण करावयाची असते) आणि ३. फाईल करायची कागदपत्रे पहिली फाईल आपल्या समोर ठेवा. इतर दोन्ही फाईल आपल्या नजरेआड ठेवा. यामुळे मनाच्या कसरतीत वाया जाणारी शक्ती वाचेल.

## ६. प्रतीक्षावेळेकडे वरदान म्हणून पाहा

आपल्याला प्रतीक्षेचा अनुभव बहुदा डॉक्टर्स, वकील, चार्टर्ड अकौटण्ट्स किंवा वरिष्ठांच्या भेटीवेळी येतो. जेव्हा प्रतीक्षा करणे अपरिहार्य असते तेव्हा आपल्याजवळ वाचनासाठी काही गोष्टी असू द्या. आपल्या ब्रिफकेसमध्ये किंवा फाईलमध्ये काही कागदपत्रे ठेवल्यास प्रतीक्षावेळेत आपण कार्यालयीन काम करू शकतो. वृत्तपत्रे किंवा त्यातील कात्रणेही या वेळात वाचणे उपयुक्त ठरते. मी श्री. अरुण मायरा या व्यवस्थापकीय संचालकांबरोबर काम करीत होतो. एकदा त्यांना मीटिंगची वेळ चुकून अर्धा तास आधी सांगितली गेली. त्यावेळी माझ्यावर न रागवता 'तू तयारी कर. मी येथेच बसतो' असे म्हणाले. आपल्या फाईलमधून कागदपत्रे

काढून अर्धा तासात त्यांनी काही कागदपत्रांचा समाचार या वेळात घेतला व मलाही शांतपणे माझे काम करू दिले. केवढी ही वेळेबद्दल जागरुकता.

## ७. विश्रांती घ्या

संधीचा योग्य फायदा घ्या ! याचा अर्थ अव्याहत धावतच राहणे, असा मात्र नाही. हा थोडा वेळ विराम केल्याने जलदगतीने करावयाच्या आपल्या दैनंदिन कामात अधिकच उत्साह आणता येतो. दुपारच्या वेळेत थोडीशी डुलकी घेतल्याने माणूस ताजातवाना होतो. अर्थात्, यात तारतम्य हवेच. व्यायामामुळेही शरीर व मन स्वस्थ व ताजेतवाने ठेवता येते. कामाचा ताण प्रचंड प्रमाणात वाढल्यास एखाद दुसरा दिवस सुट्टी घेऊन छोट्याशा सहलीला जाणे खूपच उपकारक ठरते.

वर सांगितलेल्या सर्व सूचनांचा उपयोग केला, तर आपण दररोज एक तासापेक्षा जास्त वेळ वाचवून आपली कार्यक्षमता नक्कीच वाढवू शकू. म्हणजे दुसऱ्या शब्दांत आपण पंचवीस तासांचा दिवस करू शकू.

## निष्कर्ष

वेळेचे व्यवस्थापन म्हणजे स्वतःचे व्यवस्थापन. जो स्वतःचे व्यवस्थापन उत्तम प्रकारे करू शकतो तोच इतरांचेही व्यवस्थापन योग्य प्रकारे करू शकेल. आपण वेळ कोठे वाया घालवतो याची जाणीव आपल्याला व्हायला हवी. त्यातूनच योग्य नियोजनातून आपण उपलब्ध वेळेचा योग्य वापर आपली उद्दिष्टे साध्य करण्यासाठी करू शकतो. योग्य नियोजनानेच आपण अवघड कामे पार पाडण्याची पात्रता मिळवू शकतो. ज्या गोष्टी आपल्याला शक्य नाहीत त्या स्पष्टपणे नाकारू शकतो. आपली उद्दिष्टे गाठण्यासाठी कोणती कामे इतरांकडून करून घ्यावीत हे ठरवू शकतो व उपलब्ध वेळेचा परिणामकारक उपयोग करून घेऊ शकतो.

आपल्या कार्यक्षमतेला सुनियोजित वेळापत्रकाची साथ मिळाल्यावर उपलब्ध वेळेचा समर्पक उपयोग करूनच आपण योग्य परिणाम साधून, आपल्या उत्पादकतेत प्रचंड वाढ करू शकतो.

२०

# वेध बदलाचा

"सर्वांत हुषार किंवा सर्वांत ताकदवान वंश जगत नाही, तर जो वंश बदलांचा सामना उत्तम प्रकारे आणि प्रभावीपणे करतो तोच वंश जगतो, काळाच्या प्रवाहात टिकून राहतो," असे चार्ल्स डार्विन यांनी म्हटलेलं आहे.

बाहेर होणाऱ्या बदलाची गती जर आतील होणाऱ्या बदलाच्या गतीपेक्षा जास्त असेल, तर आपला शेवट जवळ आला आहे, असे समजावे. आजच्या व्यावसायिक वातावरणाला हा नियम लावायचा असेल, तर असे म्हणता येईल की, आपले ग्राहक आपण देऊ शकणाऱ्या उत्पादनापेक्षा जास्त वेगाने बदलत असतील, तर आपण नामशेष होण्याचा धोका आहे, हे निश्चित समजावे. मागील तीन दशकांत झालेले बदल हे आधीच्या बदलांपेक्षा कितीतरी मोठ्या प्रमाणात आणि जलद गतीने झालेले आहेत. पोष्टकार्डच्या किमतीपेक्षाही फोन करणं स्वस्त ठरावं हे धीरूभाई अंबानींचे स्वप्न सत्यात उतरले आहे. आता तर काय मोलमजुरी करणाऱ्यांच्या खिशातही मोबाईल येऊन बसला आहे. प्रत्यक्ष बँकेत न जाता, नोटा न वापरता, आरक्षण खिडकीत रांग न लावता आपल्याला घरबसल्या आरक्षण करता येते. फेसबुकसारख्या माध्यमातून आपण हजारो मित्रांच्या संपर्कात नियमित राहू शकतो आहोत. या बदलत्या आयुष्याच्या खुणा आहेत. चांगले की वाईट हा मुद्दा वेगळा; परंतु आयुष्य सतत बदलते असते. इतकेच नाही, तर बदलांचा वेगही सतत वाढतच असतो. जग जवळ येत चालले आहे; पण माणसं मात्र दुरावली आहेत. माणसांच्या भाऊगर्दीत माणूस, माणुसकी सापडणे मात्र दुरापास्त होत चालले आहे.

बदल ही आयुष्यात कधीही न बदलणारी घटना आहे आणि आपले त्यावर

काहीही नियंत्रण नाही. इतर कोणत्याही गोष्टीपेक्षा होणारे बदल आपण कसे आत्मसात करतो यावर आपण यशस्वी होणार की नाही, हे ठरणार आहे. मागील वर्षी विश्वनाथ आनंदला नॉर्वेच्या मेगन्स चार्ल्सकडून कडव्या आव्हानाचा सामना करावा लागला होता. आपणा सर्वांना होणाऱ्या बदलांचा सामना करणे अनिवार्य झाले आहे. नव्या कार्यपद्धती, नवी धोरणे स्वीकारणे भाग पडणार आहे. आपल्याला नवीन उत्साहाने नवीन ज्ञान आत्मसात करावे लागणार आहे.

लक्षात ठेवा! बदल हा आपला शत्रू नाही; परंतु नवनवीन गोष्टी शिकण्याचे आव्हान मात्र तो आपल्याला नेहमीच देत असतो, नवनवीन क्षितिजांचा शोध घ्यायला लावत असतो. सध्या आपल्याला संरक्षित, आरामदायी वाटणाऱ्या जागा, क्षेत्रे बदलण्याची तयारी हवी. नव्या गोष्टींचा सहज स्वीकार करावयास हवा. आपण गतिमान वातावरणातून जात आहोत, त्यामुळे होणाऱ्या बदलांचा रेटा आतून असो वा बाहेरून, आपल्याला आपल्या जुन्या कार्यपद्धती मोडीत काढावयास हव्या. त्याचबरोबर जगण्यासाठी, अस्तित्वासाठी आवश्यक नवीन कार्यपद्धतींचा शोध घ्यायला हवा आणि त्या स्वीकारून त्यांचा अंगीकारही लवकरात लवकर करावयास हवा. म्हणजे आपल्या लक्षात येईल, की बदल आपल्याला वाटतो, भासतो तितका वाईट नाही. बदल हा आपला शत्रू तर नाहीच नाही. गार पाण्याने अंघोळ करून त्याची सवय केल्यास तो एक सुखद अनुभव ठरतो. त्याचप्रमाणे संगणक, मोबाईल वापरणं आपल्या अंगवळणी पडते आणि ते जास्त उपयुक्तही वाटायला लागतात. आपले दृष्टिकोन मात्र घडणारे बदल स्वीकारणारे हवेत, खुले हवेत. अर्थात्, नीतिमत्ता बदलवणारे बदल मात्र डोळसपणे हाणून पाडले पाहिजेत. माणूस बदलला तरी त्याच्यातील माणुसकी मात्र अधिक उबदार व्हायला हवी.

माणूस हा निसर्गत:च सवयींचा गुलाम आहे. आपण जे नित्यनेयमाने करतो ते आपल्या अंगवळणी पडते. आपले राहते घर, कामाची जागा, वापरातील वाहन यांची आपल्याला सवय होते आणि ज्या गोष्टींची आपल्याला सवय होते त्या गोष्टी आपल्याला आरामदायी, सुरक्षित वाटू लागतात. अर्थात्, यात काही बदल झाला, तर आपल्याला चुकल्या चुकल्या सारखे होते. समतोल बिघडल्यासारखे वाटते, त्रासदायक वाटते. कामात झालेले बदलदेखील आपण सहजपणे, खुल्या मनाने स्वीकारत नाही. अशा बदलांकडे जरा संशयानेच बघितले जाते. बँकेत काम करणाऱ्या माझ्या एका मित्राने सांगितलेला हा अनुभव बघा. त्याच्या हाताखाली एक क्लार्क काम करीत होता. तो कामाला तर चांगला होताच, परंतु त्याचबरोबर त्याचा स्वभावही उत्तम होता. मित्राने त्याच्या प्रमोशनसाठी प्रयत्न केला. एक दिवस त्याला बोलावून त्याला त्याच्या प्रमोशनची बातमी दिली. त्यावेळच्या

त्याच्या प्रतिक्रियेमुळे तर मित्राला धक्काच बसला. या बातमीवर क्लार्कमहाशय खुश नव्हते. कारण येणारी जबाबदारी आणि त्यामुळे होणारे इतर बदल यांना सामोरे जाण्याची, नवीन आव्हाने स्वीकारण्याची त्याची तयारीच नव्हती. आहे त्या परीस्थितीतच तो समाधानी होता. आयुष्यात आपल्याला काय हवे आहे आणि त्यासाठी काय सोडावे, सोसावे लागणार आहे याचा प्रत्येकाने स्वतंत्र विचार करण्याची गरज आहे. आपली आरामदायी, सुरक्षित जागा, क्षेत्र आणि प्रगती हे एकमेकाचे शत्रू आहेत. प्रगती करून घ्यावयाची असेल, नावीन्याचा शोध घ्यायचा असेल, तर धोके स्वीकारण्याची तयारी हवी. त्याचबरोबर कष्टही घेणे आवश्यक आहे आणि झालेल्या सवयी, वृत्तीही बदलायला हव्यात. किनारा सोडल्याशिवाय नवीन समुद्राचा शोध लागत नाही. अपरिचित गोष्टींबद्दल नेहमीच एक अनामिक भीती असते. शंका असते. त्यावर मात करणे जरुरीचे असते. बदल करणे जरी धोकादायक असले तरी बदल न करणे जास्त धोकादायक आहे. नवीन गोष्टीतही आपण आराम अनुभवाल; परंतु त्यासाठी स्थित्यंतराचा योग्य काळ जायलाच हवा. बऱ्याच वेळा नवीन वातावरणात आपल्याला अपयश तर येणार नाही ना? अशी भीती आपल्याला अकार्यक्षम बनविते. नवीन प्रक्रिया, नवीन माणसे यांच्याबरोबर कसे मिळते-जुळते घ्यायचे याबद्दलच्या चिंतेवर मात करणे आवश्यक असते. काही नवी तंत्रे शिकावी लागतात. याबद्दलही मन शाशंक असते. जुन्या पिढीतील लोकांना संगणक, मोबाईल याबद्दल उगाचच भीती वाटते; परंतु थोडा धीर धरला, थोडी सवय केली की या गोष्टी अंगवळणी पडतात आणि त्यांच्या वापराचे फायदे समजू लागतात. हे मी माझ्या अनुभवावरून सांगतो आहे. भूतकाळ विसरणे वाटते त्यापेक्षा जडच असते आणि तो माणूस जर पूर्वी यशस्वी झालेला असेल, तर जास्तच अवघड होते. भूतकाळात मिळालेले सुख किंवा झालेल्या जखमांनाच कवटाळणे बहुतेक माणसे पसंत करतात. प्रगतीसाठी ही मनोभूमिका बदलणे उपयुक्त ठरते.

बदल जेव्हा आपली दारे ठोठावत असतो तेव्हा बहुदा आपण साशंकच असतो आणि ही आपली अगदी साहजिक प्रतिक्रिया असते. म्हणजे आतापर्यंत आपण काय फक्त चुकाच करीत होतो का? आपण तर आतापर्यंत हेच करीत आहोत, मग का बदलायचं? हे तर अयोग्यच वाटते नाही का? इत्यादि करणे आपण पुढे करीत राहतो. खरे तर नवीन बदल हे नेहमीच अनिश्चिततेचे पांघरूण घेऊनच येत असतात. येथे थोडी अनिश्चितता गृहीत धरावीच लागते. कारण सगळेच नवीन शोध यशस्वी होतात, प्रसिद्धी पावतात असेही नाही.

अर्थात्, आपण हेही लक्षात घ्यायला हवे की, एका विशिष्ट मर्यादेपेक्षा जास्त

काळ बदल टाळता येत नाहीत. बदल आपल्याला आवडो की न आवडो, ते होताच राहणार. बदल करताना धोके तर पत्करावेच लागतात; परंतु न बदलणे हे जास्त धोकादायक असते. ग्राहक बदलत असतात, तशा त्यांच्या आवडी-निवडीही बदलत राहतात. लाइफबॉय या साबणातील बदल आपल्या लक्षात आले आहेत का? ग्राहकांच्या गरजा, आवडी-निवडी जशा बदलल्या तसे बदल त्यांनी आपल्या उत्पादनात केले आणि तरीही आपल्या ब्रँडची प्रतिमा ग्राहकांत कायम राखली. आतातर काय त्यांनी हात धुण्याच्या पेस्टचे उत्पादनही सुरू केले आहे. रतन टाटा यांनी टाटा मोटर्ससारख्या अवजड उद्योगाला अधिक गतिमान करून त्यांनी अंतर्देशीय स्पर्धेत बरीच मोठी मजल मारली होती. क्रिकेटचा प्रवास हा टेस्ट कडून २०-२० कडे पोहोचला आहे. बाहेरून झालेल्या बदलाप्रमाणे २०-२०पर्यंत आताही घडवलेल्या बदलाची ही सर्व उत्तम उदाहरणे आहेत.

सकारात्मक प्रक्षुब्धता, बदलावर मात करण्यास गोंधळ मदत करतो. कधीकधी बाजारातील परिस्थिती, नवीन तंत्रज्ञान किंवा नवीन स्पर्धा आपल्याला बदल करण्यास भाग पाडते. म्हणजेच आपल्यावर लादलेले बदल कधीकधी आपल्याला स्वीकारावे लागतात. आपली निष्क्रियता सोडून आपल्याला भाविष्याचा विचार करीत नवीन धोरणे ठरवावी लागतात. आपली सुस्ती सोडावी लागते. सुस्त राहणे सोपे असते. चपळतेला मात्र ऊर्जेची आवश्यकता असते. बदल हा विकासाचा गाभा आहे. सातत्य हे झाडाच्या मुळासारखे आहे, ते झाडाचे आयुष्य वाढविते, तर बदल हे झाडाच्या फांद्यांसारखे असतात, ते झाडाचा पसारा वाढवितात. एकाच उत्पादनावर कंपनीचा विकास कितीसा होणार? बजाज ऑटो या कंपनीचे आदर्श उदाहरण आपल्या समोर आहे. त्यांनी स्कूटरबरोबरच योग्यवेळी बाईकचे उत्पादन सुरू केले. त्यामुळे बाजारपेठेतील आपले अस्तित्व ते टिकवू शकले. या उलट बदल न स्वीकारल्यामुळे लॅम्ब्रेटा ही कंपनी बंद पडली. प्रमोशन हवे असेल, तर नवीन कौशल्ये आत्मसात करणे अनिवार्य आहे. जे बदल नाकारतात ते विनाशाकडे जातात. बदल हे अटळ आहेत आणि आता ते जलद गतीने होणार आहेत, हे लक्षात घेणे गरजेचे आहे. बदल करण्यात असणाऱ्या धोक्यांबरोबरच त्यांना सामोरे जाण्यात त्रासही होतो आणि म्हणूनच या गोंधळाच्या परिस्थितीतून संघाला, गटाला व्यवस्थित हाकून नेणारा नेताही असावा लागतो. त्यासाठी उत्तम, भक्कम योजना असणारे नेतृत्व उदयाला येतेही. अशा नेत्यावर आपली श्रद्धादेखील असायला हवी. सर्वच संघांकडून त्याला मान्यता आणि पाठिंबा मिळायला हवा. बदलाला होणारा विरोधही योग्यप्रकारे हाताळणे नेत्यासाठी आवश्यक ठरते. बदला- संबंधीची त्याची भूमिका, त्याबद्दल त्याने सर्वांना केलेले निवेदन या गोष्टी निर्णायक ठरतात.

सर्वसाधारण माणसांचा विरोध बदलाला नसतो, तर तो बदल ज्या पद्धतीने केला जातो त्यास असतो. या बदलामुळे वैयक्तिक फायदे काय होणार आहेत, हे सर्वांना समजून सांगितले गेले पाहिजे. बदलाची प्रक्रिया ही रोमहर्षक, उत्साहवर्धक आणि जोशपूर्ण व्हायला हवी. सर्व संबंधितांमध्ये विश्वास निर्माण करणारी असायला हवी. तरुण मंडळी बदल पटकन स्वीकारतात, ज्येष्ठांना ते स्वीकारताना अवघड वाटते, वेळ लागतो.

थांबा आणि बघा अशी परिस्थिती बदलास पोषक नसते. बदल घडविताना उज्ज्वल इतिहासाचा उपयोग होत नाही. कारण हा प्रवास वर्तमानातून भविष्याकडे जाणारा असतो. जिंकण्यावर आणि फक्त जिंकण्यावरच लक्ष केंद्रित व्हायला हवे. बदलाशिवाय प्रगती अशक्यच आहे आणि जी माणसे आपली मनोवृत्ती, मनोभूमिका, मन बदलू शकत नाहीत ते कधीही आणि काहीही बदलू शकत नाहीत.

# २१

## योजक बना

माणसाने जर विचार केला नसता, तर योजकता आपल्या जीवनात उतरलीच नसती. योजकतेच्या अभावी तो इतर प्राण्यांपेक्षा फारसा वेगळा झाला, ठरला नसता. माणूस सर्वसाधारणत: इतर प्राण्यांपेक्षा कमजोर आणि अगदी सहज हल्ला करता येण्यासारखा प्राणी आहे. माणसाचे अद्वितीयत्व त्याचा विचार करण्याच्या शक्तीत आहे

विचारशक्तीच्या आधारावरच माणसाने निसर्गावर नियंत्रण मिळवून आपले आयुष्य सुखकर आणि समृद्ध केले आहे. आपल्या अवतीभोवती असणारी साधने कोणी शोधून काढलीत हे आपण शाळा-कॉलेजातच शिकलो आहोत. उदा. विजेचा दिवा, टेलिफोन, प्रिंटिंग प्रेस, स्वयंचालित वाहने, वाफेचे इंजिन इ. पण आपण वापरत असलेल्या अनंत अवजारांचे, साधनांचे जनक कोण ? जसे की पेन्सील, पेन, टेबल, खुर्ची, गादी, घोडागाडी, जोडे, मोजे इ. यांचे संशोधन आणि विकास कोणी केला; या संशोधकांची नवे आपण सांगू शकतो का ? विकास कसा झाला ? या सर्व गोष्टी म्हणजे माणसाच्या कल्पकतेचे आणि सुधारणांचे एक जिवंत उदाहरणच नव्हे का ?

योजकता हा व्यवहारातील काल्पकतेचाच एक विशेष प्रकार आहे. योजकता म्हणजे एखाद्या गोष्टीचा आगदी वेगळ्या प्रकारे उपयोग करणे. मग ती वस्तू असो, जागा असो, व्यक्ती असो अथवा एखादा शब्दप्रयोग असो. इतरांना निरुपयोगी वाटणाऱ्या एखाद्या गोष्टीचा चांगला उपयोग करायचे सुचणे म्हणजे तर अधिकच उपयोगिता, अधिकच कल्पकता. अशी योजक माणसे तर दुर्मिळच असतात, असे एक संस्कृत सुभाषितात म्हटले आहे.

अमंत्रम् अक्षरं नास्ति, नास्ति मूलं; अनौषधम्
अयोग्य पुरुषौनास्ति, योजक तत्र दुर्लभ:

याचा अर्थ असा आहे, की असे एकही अक्षर वर्णमालेत नाही, की ज्याचा वापर मंत्र रचताना करता येणार नाही. वनस्पतीचे असे एकही मूळ नाही की ज्याच्यापासून औषध करता येणार नाही. असा एकही माणूस नाही की ज्याचा काहीही उपयोग नाही, ज्याची काहीही लायकी नाही. फक्त ती अक्षरे, ती मुळे, ती माणसे यांच्यातील सुप्त गुण ओळखणारी योजक व्यक्ती मात्र दुर्लभ असते

कल्पकता, प्रतिभा, सर्जनशीलता, सृजनशीलता अशी वेगवेगळी नावे थोड्या फार फरकाने योजकतेसाठी वापरली जातात. मुळातच कल्पकतेसाठी काही कौशल्ये तर लागतातच; परंतु ही कौशल्ये म्हणजेच कल्पकता नाही, तर कल्पकता म्हणजे ही कौशल्ये वापरण्यापूर्वीची बुद्धीची क्षमता होय. एका ग्रंथात कल्पकतेची व्याख्या अशी केलेली आहे की, 'प्रज्ञा नवनवोन्मेषशालिनी प्रतिभामाता,' अर्थात्, जिला नित्य नवीन धुमारे फुटत असतात अशी बुद्धी म्हणजे प्रतिभा. येथे प्रतिभा याचा अर्थ अचानक निर्माण झालेले तेज असा आहे. कल्पकतेचे धुमारे हे नवीन विचार, नवीन कल्पना, नवीन कृती यांचेच असतात

कल्पकतेचे समीकरणच करावयाचे झाले, तर ते सर्वसाधारणपणे

प्रतिभा = ज्ञान, कल्पनाशक्ती, चिकित्सक विचार (विवेक)

ज्या क्षेत्रात नवीन भर घालायची आहे त्या क्षेत्रातील मूलभूत ज्ञान आणि कौशल्ये हा प्रतिभेचा पहिला घटक. म्हणजे कल्पकतेचा कच्चा माल किंवा नवरचनेचा पाया. प्रतिभेचा दुसरा घटक कल्पनाशक्ती! हा खरोखरीच गाभ्याचा घटक आहे. कल्पनाशक्ती म्हणजेच कल्पना सुचण्याची शक्ती आणि तिसरा तितकाच महत्त्वाचा घटक आहे चिकित्सक विचार. चिकित्सा करणे म्हणजे चांगले किंवा वाईट, सुंदर किंवा कुरूप , खरे किंवा खोटे हे ठरवणे आणि त्यातून योग्य त्याची निवड करणे

योजकतेबद्दल बरेच गैरसमज आहेत. त्यातील प्रमुख म्हणजे योजकता ही दैवी देणगी आहे, त्यामुळे तिचा लाभ फारच थोड्यांना मिळतो. परंतु आता शास्त्रीय प्रयोगावरून असे सिद्ध झाले आहे, की प्रतिभेची मूलभूत क्षमता सर्वांमध्येच आहे. अनुभव, शिक्षण किंवा वय याचा तसा योजकतेवर फारसा परिणाम होत नाही. आपण आपल्याकडे असणाऱ्या या मूलभूत क्षमतांचा आपण विकास करून घेऊ शकतो. योजक बनण्यासाठी नेहमीपेक्षा वेगळ्या चाकोरीबाहेरच्या पुष्कळ कल्पना सुचायला हव्यात आणि त्यातील वेचक कल्पना चांगल्या प्रकारे व्यक्त करता यायला हव्यात. यासाठी आपल्याला आपल्या अवतीभोवती वावरणारी कल्पकता ओळखता यायला हवी. कोणतीही वस्तू पाहिल्यावर

ती नेहमीसारखी आहे की वेगळी आहे, वेगळी असल्यास तो वेगळेपणा नेमका काय आहे? याचं थोड भान दाखवलं, तर आपल्या अवतीभोवती योजकतेची हजारो उदाहरणे आपल्याला दिसतील. योजकतेच्या आड येणारी भीती म्हणजे आपली चूक झाली तर काय? ही आपल्याला अपयशाची किंवा उपहासाची भीती वाटत असते. आपल्याकडे निर्भयता हवी. नवीन काही करावयाचे म्हणजे जोखीम ही असणारच. योजक होण्यासाठी कोणत्यातरी गोष्टीचा ध्यास घ्यायलाच हवा.

कल्पक माणसाजवळ संवेदनशीलता असायला हवीच. अनेक गोष्टी सर्वसाधारण माणसाला जाणवत नाहीत, त्या कल्पक माणसाच्या चटकन लक्षात येतात आणि अशा वेळी आपल्याला वाटून जाते, की अरे ही गोष्ट माझ्या कशी लक्षात आली नाही? काही तंत्राचा वापर करून ही संवेदनशीलता वाढविता येते. कल्पक विचारांची सुरुवात म्हणजे आहे त्या परिस्थितीतील समस्या, अडचणी जाणवणे आणि त्या सोडवून परिस्थिती बदलावीशी वाटणे. योजक बनू इच्छीणाऱ्या माणसांना आपल्या अडचणी म्हणजेच आव्हाने वाटतात आणि त्या सोडविण्यासाठी त्यांची कल्पनाशक्ती उत्तम असावी लागते.

## विचारमंथन/कल्पनास्फोट

हे असे तंत्र आहे, की त्याच्या उपयोगाने कमीत कमी वेळात जास्तीत जास्त कल्पना निर्माण करता येतात. इंग्रजीत या तंत्राला 'ब्रेन स्टोर्मिंग' असे म्हणतात. या तंत्राचा शोध डाक्टर अलेक्स अस्बोर्न यांनी लावला आहे. हे तंत्र एकट्याने अथवा गटानेही वापरता येते. एकट्याने वापरल्यास त्याला 'ब्रेन रायटिंग' असे म्हणतात.

आपल्या विचारशक्तीचे दोन प्रकार आहेत. एक कल्पनाशक्ती आणि दुसरी निर्णयशक्ती. कल्पनाशक्ती विचारमंथनाच्या वेळेस वापरायची आहे, तर निर्णयशक्ती क्षमता मूल्यांकनाच्या आणि निवडीच्या वेळेस वापरायची आहे. दोन्हीही क्षमता एकाच वेळी कधीही वापरायच्या नाहीत. गाडीचा अक्सिलेटर आणि ब्रेक आपण एकाच वेळी वापरतो का? तसेच ते आहे.

## ब्रेन स्टोर्मिंग करताना खालील चार तत्त्वांचा उपयोग करा

- कोणत्याही कल्पनेवर टीका करायची नाही किंवा लगेच निर्णय घ्यायचा नाही
- कल्पनांचा मुक्त संचार घडायला हवा ( लाह्या भाजताना कशा फुटतात तशा फटाफट कल्पना सुचायला हव्यात.)
- प्रचंड संख्येने कल्पना गोळा व्हायला हव्यात. (येथे संख्या ही गुणवत्तेपेक्षा महत्त्वाची मानली जाते.)

- आधीच्या कल्पनांवर आणखी कल्पना सुचणे आणि सुचलेल्या कल्पना एकत्र करून नवीन कल्पना तयार करणे, या गोष्टीला प्राधान्य द्या.

आपण विचारमंथन करीत असताना खालील सूचना उपयोगी पडतील

१) सूचना येत असताना त्यांचे मूल्यमापन टाळा.

२) संख्या ही गुणवत्तेवर मात करू शकते.

३) गटातील सर्व सहकाऱ्यांना सहभागाची योग्य संधी द्या.

४) सूचनानिर्मिती थांबल्यास कोण? का? केव्हा? कोठे? कधी? कसे? इत्यादी प्रश्न विचारा.

५) कोणतीही सूचना मूर्खपणाची नसते. सर्व सूचनांची नोंद घ्या.

६) प्रथम बोलताना काळजीपूर्वक बोला.

७) निसर्गाची मदत घ्या. निसर्गाच्या निरीक्षणातून खूप नवनवीन कल्पना सुचतात, जन्म पावतात.

८) दुसऱ्याने दिलेल्या कल्पनांचा उपयोग करून नवीन कल्पनांचा विकास करा.

९) आपल्याच कल्पनांवर बंधने घालू नका.

१०) इतरांच्या कल्पनांवर टीका करू नका.

११) आपल्याकडील कल्पना क्रमाने सांगा.

१२) आपल्याकडे कल्पना नसल्यास पास म्हणा.

१३) आपल्या जवळील कल्पना संपल्या आहेत असे वाटल्यास कल्पनानिर्मितीचे सत्र थांबवा.

१४) त्यानंतर थोडी विश्रांती घेऊन दुसरे सत्र सुरू करा/ घ्या.

१५) दुसऱ्या सत्रात अधिक चांगल्या आणि व्यवहार्य कल्पना मिळतात.

१६) मोकळे, आनंदी आणि प्रसन्न वातावरण विचारमंथनाला उपयुक्त ठरते/ असते.

वरील पद्धत वापरून तयार केलेल्या कल्पनांमधून योग्य कल्पना निवडण्यासाठी अनेक मते म्हणजे विचारमंथनातून निर्माण झालेल्या कल्पनांच्या वर्गमुळाइतकी मते प्रत्येकाने देऊन छोटी यादी तयार करा आणि त्या यादीचा वापर करून प्रत्येकाचे एक मत या पद्धतीचा अवलंब करून सर्वांत उत्तम कल्पना शोधून काढा किंवा एक छोटी समिती नेमून तिच्याकडूनही हे काम करून घेता येते. अशा निवडलेल्या कल्पना अमलात आणून गटापुढे असणारे प्रश्न प्रभावीपणे सोडवता येतात.

www.ingramcontent.com/pod-product-compliance
Lightning Source LLC
LaVergne TN
LVHW051129080426
835510LV00018B/2307
* 9 7 8 8 1 8 4 8 3 6 7 7 6 *